പാൽവെള്ള

Palvella

Published by Notion Press 2026

പാൽവെള്ള

അഞ്ജു സജിത്ത്

അഞ്ജു സജിത്ത്

1984-ൽ പാലക്കാട് ജില്ലയിൽ ജനനം.

മലയാളത്തിൽ ബിരുദവും ബി എഡ് ഉം മാസ്റ്റർ ഓഫ് സോഷ്യൽ വർക്ക് ബിരുദവും നേടി. ലെറ്റേഴ്സ്ബേ എന്ന ലിറ്ററെറി കൺസൾട്ടൻസിയുടെ മേധാവി. ഇന്ത്യൻ സ്കൂൾ ഫുജൈറ, യു.എ.ഇ-ൽ മലയാളം അധ്യാപികയായും സ്കൂൾ കൗൺസിലറായും സേവനമനുഷ്ഠിച്ചിട്ടുണ്ട്. മഞ്ജുൾ പബ്ലിക്കേഷനിൽ മലയാളവിഭാഗത്തിന്റെ റീജിയണൽ ഹെഡ്ഡായി ജോലി ചെയ്യുന്നു.

ഇന്ത്യ ബുക്ക് ഓഫ് റെക്കോർഡ്സ്, മലയാള പുരസ്കാരം, കലാഭവൻമണി പുരസ്കാരം, ഓ വി വിജയൻ സമ്മാനം എന്നീ പുരസ്കാരങ്ങൾ കൃതികൾക്ക് ലഭിച്ചിട്ടുണ്ട്.

പ്രധാന കൃതികൾ: പദ്മസംഭവ, അസിംവാരണമി, വെൺതരിശുനിലങ്ങൾ (ഇന്ത്യ ബുക്ക് ഓഫ് റെക്കോർഡ്സ്), പെയിന്റ് ബ്രഷ് നമ്പർ 000, പ്രണിധി, എഴിലരസി, ചേയോൻ.

കൃതികൾ പലതും ഇംഗ്ലീഷ്, ഹിന്ദി, തമിഴ്, കന്നഡ എന്നീ ഭാഷകളിലേക്ക് വിവർത്തനം ചെയ്യപ്പെട്ടു.

ഇമെയിൽ: writeranjusajith@gmail.com

ആമുഖം

ആദ്യ കാലത്ത് ഇൻസ്റ്റഗ്രാമിലൂടെ എഴുതിയ കഥാലോകം അടക്കം 12 കഥകൾ ഇന്ന് അച്ചടി മഷി പടരുകയാണ് എന്നതിൽ അതിയായ സന്തോഷം. പല കാലങ്ങളിൽ എഴുതിയ കഥകൾ ഒരുമിച്ചാക്കിയപ്പോൾ ഈ പുസ്തകത്തിന്റെ പണിപ്പുരയിൽ ആ കാലങ്ങൾ കൂടെ കടന്നുവന്ന് എന്നത് മധുരിക്കുന്നു . എഴുതാന് തിരഞ്ഞെടുത്ത വിഷയങ്ങൾ, എഴുത്തിന്റെ രീതി എന്നിവയിൽ കാലം പടിപ്പിച്ച മാറ്റങ്ങൾ അതിൽ വ്യക്തമാണ്. പത്മസംഭവ എന്ന കഥാസമാഹാരം പ്രസിദ്ധീകരികുമ്പോൾ എഴുതിയ കഥകൾ എക്കാലത്തും പ്രിയപ്പെട്ടവ ആയിരിക്കെതന്നെ കഥാ ദൈർഘ്യത്താൽ ഉൾചേർക്കാൻ ആകാതെ പോയതിലെ ഖേതം ഇവിടെ സ്വപനസാക്ഷാത്കരമായി പൂവണിയുന്നു. 2007മുതൽ 2025വരെ നടത്തിയ യാത്രകൾക്ക് ഈ കഥകളിൽ മികച്ച സ്വാധീനമുണ്ട്. തുറന്ന മനസ്സോടെ ഈ കഥകൾ വായനക്കാരന് സമർപ്പിക്കുന്നു. ഇതിലെ പല കഥകളും ഇൻസ്റ്റഗ്രാമിൽ വായിച്ച് എന്നെ എഴുതാൻ പ്രേരിപ്പിച്ച ആദ്യകാല സുഹൃത്തുക്കൾക്കും വയനക്കാർക്കും സ്നേഹം.

- അഞ്ജു സജിത്ത്

ഉള്ളടക്കം

സമർപ്പണം

സൂര്യക്കും

രുദ്രനും

പട്ടുകനവ്

ഇന്നും വൈകി. കൈയിലെ പച്ചക്കറി സഞ്ചിയുടെ ഭാരം തൂങ്ങി പിന്നെയും പിന്നെയും പിണങ്ങിവീഴുന്ന ഹാൻഡ്ബാഗിന്റെ വള്ളി ഞൊത്തിയിട്ട് ഗീതു ദൂരേയ്ക്ക് ആശങ്കയോടെ നോക്കി, ഒരു ഓട്ടോയെങ്കിലും വന്നിരുന്നെങ്കിൽ. സിഗ്നലിനെ കടന്നുപോകുന്ന ഇരുചക്ര വാഹനങ്ങളിൽ ഗമയോടെ ഇരിക്കുന്ന ഹെൽമെറ്റിനാൽ സുരക്ഷ നേടിയ പെൺകുട്ടുങ്ങളെ നോക്കി അവൾ നെടുവീർപ്പിട്ടു. 'എനിക്കെന്നാണാവോ ഇതിനൊക്കെ ഒരു ഭാഗ്യമുണ്ടാവുക? സ്വന്തമായൊരു വണ്ടി, അതിൽ കിങ്ങിണിയെ മുന്നിലിരുത്തി ഒരുനാൾ ഞാനും പോകും. അവൾ സ്വപ്നത്തെ താലോലിച്ചു.

'അമ്മയുടെ ഓർമ്മദിനം ആണിന്ന്. അമ്മയ്ക്കുവേണ്ടി ഇന്നെങ്കിലും നേരത്തെ വീടെത്തി ഒന്ന് കുളിച്ച് അമ്പലത്തിൽപോയി പ്രാർത്ഥിക്കാമെന്ന് കരുതിയാൽതന്നെ കർമ്മഭാണ്ഡങ്ങളുടെ പരാധീനതകൾ അതിനനുവദിക്കുമോ?'

അമ്മ പറയുന്നതുപോലെ *"പെൺമക്കളിൽനിന്നും ഇത്രയൊക്കെയേ പ്രതീക്ഷിക്കേണ്ടതുള്ളൂ അമ്മിണിയെ, മാമ്പൂ കണ്ടും മക്കളെ കണ്ടും മോഹിക്കരുത് എന്നല്ലേ."*

എന്നത്തേയുംപോലെ 'ചന്ദ്രോത്ത് ബസ്സിന് കൈകാട്ടി. വവ്വാലുകളെപോലെ തൂങ്ങി ബസ്സിന്റെ വാതിൽക്കൽ നിന്നാടുന്ന യാത്രക്കാരെയുംകൊണ്ട് ഒന്ന് ചിരിച്ചുകാണിച്ച് പരിഹസിച്ച് ആ ബസ്സ് കടന്നുപോയി.

കിങ്ങിണി വീട്ടുപടിക്കൽ കാത്തുനിൽക്കുന്നുണ്ടാകും. വ്യാവലാതി പെട്ടിട്ട് എന്താ? എല്ലാം എന്റെ കുറ്റമാണല്ലോ. ഒന്നും പറയാൻ എനിക്കവകാശം ഇല്ലല്ലോ.

ഭർതൃരഹിത എന്ന പട്ടം ചെറിയ കുറ്റപ്പെടുത്തലുകളുടെ വലിയ നെല്ലിപ്പടിയായാണല്ലോ എന്നിൽ ചുമത്തിയിരിക്കുന്നത്. കിങ്ങിണി അതിലെ തെളിനീരും. അവൾ ഉറവപൊട്ടി ഒഴുകട്ടെ, ഞാൻ അതിൽ ഔഷധി.

നീട്ടിവിളിച്ച് ഹോണടിയോടെ പാമ്പും കോണിയും കളിക്കുന്ന ഇരുചക്ര വാഹനങ്ങൾക്കിടയിലൂടെ ഒരു ഓട്ടോ വന്നു.

"പീടികപ്പടീന്ന് വലത്തോട്ട് നാലാമത്തെ വീട്." അവൾ കുടമടക്കി സീറ്റിൽ പച്ചക്കറി സഞ്ചിക്കൊപ്പം വച്ചു.

"ഹലോ, സുജാതേ... ഞാൻ വരാൻ വൈകുകയാണെങ്കിൽ കിങ്ങിണിയെ ഒന്ന് വീട്ടിൽ ഇരുത്താമോ... പറ്റുന്നത്ര വേഗം വരാം..." അയൽവാസികളുടെ പലചരക്ക് കടംവാങ്ങലിൽ മടക്കിക്കിട്ടായ്കയുടെ കണക്കുപുസ്തകത്തിൽ ഏറ്റക്കുറച്ചിൽ ഉണ്ടെങ്കിലും ഇങ്ങനെയും ചില ഗുണങ്ങളുണ്ടല്ലോ, അതിനാൽ അവർക്ക് തൂക്കം കൂടുതൽ തന്നെ.

പ്രൊജക്റ്റിന് നിവർത്തിവച്ച ചാർട്ടിൽ ക്ഷണത്തിൽ ഗീതു സ്കെയിലുകൊണ്ട് നീട്ടിവരച്ചു. ആ സമയത്ത് മുറ്റത്ത് എന്തോ കാൽപെരുമാറ്റംപോലെ ശബ്ദം കേട്ടിട്ട് അവൾ മകളോട് പറഞ്ഞു,

"ആരാണാവോ മുറ്റത്ത്?"

കരിന്തിരിയാളാതെ ഉമ്മറത്തിണ്ണയിലെ മുട്ടിപ്പലകയിൽനിന്നും നിലവിളക്കിറക്കി വെക്കുമ്പോൾ പടികടന്ന് അതാ വരുന്നു ശങ്കരേട്ടൻ; അച്ഛന്റെ ആത്മമിത്രം. ജീവിച്ചോ മരിച്ചോ എന്ന് അന്വേഷിക്കാൻ ആകെക്കൂടെ വരുന്നൊരാൾ.

"അമ്പലത്തിൽനിന്നും വരുമ്പോൾ താറാവുകാരനെ കണ്ടു. കിങ്ങിണിക്ക് കുറച്ചുമുട്ട വാങ്ങി. അവളെവിടെ?"

ഇതും പറഞ്ഞ് കവർ ചാരുപടിയിൽവെച്ച് ആ നിസ്വാർത്ഥശരീരി അകത്തേക്ക് കടന്നുപോയി. ഇങ്ങനെയും ചില മനുഷ്യർ!

"നിനക്ക് കാശൊക്കാച്ചാ ആ നാഗപ്പാട്ട് ഒന്ന് കഴിപ്പിച്ചൂടെ? കുടുംബത്തിലെ ദോഷമങ്ങു നീങ്ങിക്കോട്ടെ." കട്ടന്റെ ചൂടിൽ ശങ്കരേട്ടൻ ഉപദേശിച്ചതുകേട്ട് ഗീതു ചിരിച്ചു.

"ഈ വിജയ ലാബിലെ റിസപ്ഷൻ പണിയുംവെച്ച് ഞാൻ എന്തൊക്കെ ചെയ്യാനാണ്."

"ആഹ്, നിന്നെയും പറഞ്ഞിട്ട് കാര്യമില്ല. കുടുംബക്കാരും എല്ലാരും

കൂടെചേർന്ന് ചെയ്യേണ്ടതല്ലേ? നിന്റെ അനിയൻപോലും ഈ വീടും ഉത്തരവാദിത്തങ്ങളും ഇപ്പൊ നിന്റെയാണെന്നാണ് കരുതുന്നത്."

"ഞാൻ ചെങ്ങന്നൂരായിരുന്നപ്പോൾ ഇതൊന്നും ആർക്കും അറിയണ്ടായിരുന്നു ഓപ്പെ. അമ്മയുടെ കാലശേഷം ആർക്കും ഉത്തരവാദിത്തങ്ങൾ ഏറ്റെടുക്കാൻ വയ്യ. പിന്നെ ഞാൻ എന്തായാലും പ്രതിസന്ധിയിലാണല്ലോ. അപ്പോൾ എന്നെ ഇവിടെ താമസിക്കാൻ അനുവദിക്കുന്നതിന്റെ ഭാഗമായി ഇതും എന്റെ ചുമലിലായി. പക്ഷേ, എനിക്കങ്ങനെ ഒന്നൂല്യ ഓപ്പെ. എന്റെ അമ്മേടെ ഓർമ്മയാണ് ഈ വീട്, ഈ നാഗത്തറ; ഒക്കെ എന്റെ ധൈര്യമാണ്. ജീവിതത്തിന്റെ ധൈര്യം."

അതും പറഞ്ഞ് കട്ടൻ ചായ കുടിച്ച കപ്പ് തിരികെ വാങ്ങി അവൾ അടുക്കളയിലേക്ക് നീങ്ങുന്നത് ശങ്കരേട്ടൻ സ്നേഹത്തോടെ നോക്കി നിന്നു. പണ്ടും കമലേടത്തിയോട് താൻ പറയുമായിരുന്നു,

'ആണും പെണ്ണുമായി ഇവളൊരുത്തിമതി കമലേച്ചിയെ നിങ്ങൾക്ക്. ഇവള് നോക്കിക്കോളും നിങ്ങളെ.'

'താഴെ ആണൊരുത്തൻ വളർന്നു വരുന്നുണ്ട് ശങ്കരേട്ടാ. ഇവളെ കെട്ടിച്ചു വിട്ടാലും അവനെ പഠിപ്പിക്കണ്ടേ? നാളത്തെ കഞ്ഞി അവൻ തരണ്ടേ? പെൺമക്കൾ എന്ന് പറയുന്നത് നോക്കാനേല്പിച്ച മുതലല്ലേ, കാലമാകുമ്പോൾ ഉടമസ്ഥന് കൊടുക്കണമല്ലോ. പലിശ പ്രതീക്ഷിച്ചാൽ നിരാശക്കിടവരും. മുതല് നമ്മൾ നന്നായി കൊണ്ടുനടന്നുന്നെങ്കിലും ആശ്വസിക്കാം.' കമലേടത്തിയുടെ വാക്കുകൾ അയാളുടെ ചെവിയിൽ ഇപ്പോളും കേൾക്കുന്നുണ്ടായിരുന്നു.

ജീവിതത്തിന്റെ ലോൺ കണക്കിൽ പലിശയും മുതലും കൂട്ടുപലിശയുമായി കണക്കുകൂട്ടി തെറ്റിയും തിരുത്തിയും ഇവൾ ജീവിക്കുന്നു; ഉടമസ്ഥനില്ലാതെ.

അസ്ഥിത്തറയിൽ വിളക്ക് കെട്ടിട്ടില്ല. അയാൾ വരാന്തയിൽ നിന്നും എത്തി നോക്കി.

'നിങ്ങൾ ഇതു വല്ലതും അറിയുന്നുണ്ടോ കമലേടത്തിയെ?' അയാൾ നെടുവീർപ്പിട്ടു.

"ശരി, ഞാൻ ഇറങ്ങുകയാ." പടിചാരുമ്പോൾ അയാൾ നീട്ടി വിളിച്ചുപറഞ്ഞു.

വൃശ്ചികമാസത്തിലെ അനിഴം. അമ്പലകമ്മിറ്റിക്കാരൻ ദിവാകരൻ തലയിലെഴുത്തെന്നപോലെ നീട്ടിയെഴുതി.

"പുഷ്പാഞ്ജലി അല്ലേ? പേര് കമല. അമ്മേടെ ഓർമനാളാണല്ലേ, കുറച്ച് വൈകിയാലും വരുമെന്നറിയാമായിരുന്നു."

കിങ്ങിണി അവളുടെ കൈവിട്ട് അമ്പലമുറ്റത്തേക്ക് ഓടി. 'പെണ്മക്കൾ കൈവിട്ടാൽ പരിഭ്രാന്തി ആണല്ലോ.' അവൾ ചുറ്റും നോക്കി.

'ആഹ്, അവൾ കണ്ണകലത്തുണ്ട്.'

ഗീതുവിന് പത്ത് വയസ്സുള്ളപ്പോൾ അച്ഛൻ മരിച്ചു. അംഗണവാടിയിലെ അദ്ധ്യാപനംകൊണ്ട് അമ്മ രണ്ടാളെയും പോറ്റിയെങ്കിലും കരുതൽ അവളോടായിരുന്നു. കെട്ടിച്ചുവിടാൻ ഇനി വേറെ പൊന്നും പണവും കാണണ്ടേ, പെണ്ണല്ലേ? കാലം അത് തെളിയിച്ചു.

സ്ത്രീധനം നിയമവിരുദ്ധമായ ഇന്നത്തെ സാമൂഹിക സാഹചര്യത്തിൽ വളരുന്ന ഓരോ മലയാളി പെണ്ണിനോടും എന്നപോലെ. 'കുടുംബത്തിലൊരാവശ്യം വരുമ്പോൾ പെൺവീട്ടുകാരല്ലേ സഹായിക്കേണ്ടത്' എന്ന് തന്റെ ഭർത്താവിനോട് ചാണക്യതന്ത്രമോതാൻ നാട്ടുകാരും വീട്ടുകാരും കുടുംബക്കാരും മടി കാണിച്ചില്ല.

"കുടുംബവകയ്ക്ക് ഒരു വ്യാപാരം തുടങ്ങാൻ കരുതിയപ്പോൾ നിന്റെ ഭാഗത്തു നിന്നുള്ളത് ഞങ്ങൾ പ്രതീക്ഷിക്കില്ലേ? നീ സ്ത്രീധനം ഒന്നും വാങ്ങിയിട്ടുമില്ലല്ലോ? അത് കിട്ടുവാൻ ഒരു മറുമാർഗം, അത്രയെ ഇതിനെ കാണേണ്ടതുള്ളൂ." അടുക്കളയിൽ പാത്രങ്ങളോട് പ്രതിഷേധം തീർക്കുന്ന അവളെ അയാൾ ചാരുകസേരയിൽ ചാഞ്ഞിരുന്നൊന്നു നോക്കി.

"അവർ പറയുന്നതിൽ എന്താണ് തെറ്റുള്ളത് ഗീതു?"

രാത്രി ആണുങ്ങൾ തലയണമന്ത്രം ഓതാറില്ലെന്നാണ്. തലയിണ പെണ്ണുങ്ങളുടെ അവകാശമായതിനാൽ അതിനെ സമത്വബോധത്തോടെ കാണേണ്ടതില്ല. കണ്ണീരിൽ കുതിർക്കാനും മന്ത്രമോതാനും എല്ലാ തേപ്പും തലയിണക്ക് സ്വന്തം.

"ഞാൻ അമ്മയോട് പറയാം ഏട്ടാ." അവളുടെ കണ്ണീർക്കണം തലയിണയെപ്പോലുമറിയിക്കാതെ തുടച്ച് അവൾ തിരിഞ്ഞുകിടന്നു.

'വീട്ടിൽ ഭാഗം ചോദിക്കാനില്ല, തറവാടാണ്. അനിയൻ ഇപ്പോൾ ജോലിക്ക് കേറിയിട്ടേ ഉള്ളൂ. അവനോട് ഒരു ലോൺ എടുക്കാൻ അമ്മയെക്കൊണ്ട് പറയിച്ചാലോ. ആഹ്, എന്റെ സ്വാർത്ഥത അവന് ജീവിതഭാരം ആയിക്കൊള്ളട്ടെ എന്ന് കരുതാമെങ്കിൽ അങ്ങനെ ചെയ്യാമായിരുന്നു. അല്ലെങ്കിൽ അമ്മ പിരിഞ്ഞു വന്നപ്പോൾ കിട്ടിയ തുക ഫിക്സഡീന്ന് പിൻവലിക്കണം എന്ന്

പറഞ്ഞാലോ? പിന്നെ പെൻഷൻ അല്ലാതെ മറ്റൊന്നും കാണില്ല. ഒരു ആശുപത്രി ചിലവ് വന്നാൽ അമ്മയെ ആര് നോക്കും? വേണ്ട, ഒന്നും വേണ്ട. തന്റെ ജീവിതത്തിന് ഉത്തരവാദി താൻതന്നെയാണല്ലോ. അതിന് മറ്റുള്ളവരുടെമേൽ എന്തിന് ഭാരമിറക്കിവെച്ച് കാഴ്ചക്കാരിയാകണം. അവർ ഗാലറിയിൽ ഇരിക്കട്ടെ. ഞാൻ ഒറ്റക്ക് കളിക്കാം. അവസാന മിനിറ്റ് വരെയും. പാഴ്ശ്രമം ആണെങ്കിലും പ്രതീക്ഷിക്കാൻ അവകാശം ഉണ്ടല്ലോ.'

കാശിന്റെ കണക്കുകൂട്ടലുകളിൽ കുരുങ്ങി സന്ധ്യകളും അത്താഴമേശ ആക്രോശങ്ങളും കൊടുമ്പിരികൊണ്ടു. നേർത്ത നൂലിഴ സൂചി സുഷിരത്തിലൂടെ എന്നപോലെ കടന്നുപോകുന്ന ദിനങ്ങളെ അവൾ നോക്കിനിൽക്കുക മാത്രമാണ് ചെയ്തത്. എന്നുവേണമെങ്കിലും ഒരു അവസാന വാക്ക് ചോദിക്കാം അവർക്ക്, 'പണം എത്തിക്കാമോ ഇല്ലയോ?' എന്ന്.

'ഇല്ല, ഞാൻ വിചാരിച്ചാൽ സാധ്യമല്ല' എന്ന ഉത്തരത്തിന്റെ പരിണിതഫലമാണ് ഞാൻ ഇന്ന് ഈ വീട്ടിന്റെ ചെറുപടി ചാരുന്നത്. 'പണമില്ലാത്തവൻ പിണം', അല്ല 'പണമില്ലാത്തവൾ പിണം'. പ്രയോഗം ശരിയായി; അല്ല ശരിയാക്കി.

4 കൊല്ലമായി ബന്ധം വേർപിരിഞ്ഞിട്ട്. അദ്ദേഹം വേറെ വിവാഹം ചെയ്തു, വ്യാപാരവും ചെയ്തു. ഞാൻ കിങ്ങിണിയുമായി പിണമായി ഈ തറവാടിന്റെ ഒരുകോണിൽ കഴിയുന്നു. കരയുന്നില്ല, പോരാടുന്നുവെന്നതുമാത്രമാണ് മാറ്റം. വിമോചനം സ്ത്രീക്ക് എന്തിൽ നിന്നാണ് വേണ്ടതെന്ന് അല്ലെങ്കിൽ സമത്വവാദം എവിടെയാണ് ഉന്നയിക്കേണ്ടതെന്ന് പോരാട്ടങ്ങൾ തീരുമാനിക്കട്ടെ.

"ചേച്ചി, ഇന്ന് 5 മണിയുടെ ശ്രീരാജ ബസ്സിനാണോ പോണത്?" ലാബ് അറ്റൻഡർ സതീഷിന്റെ അനാവശ്യമായ ചോദ്യത്തോട് മറ്റുള്ളവരോടെന്നപോലെ അവൾ ചിരിച്ച് തലയാട്ടുകമാത്രമാണ് ചെയ്തത്.

"ഇന്ന് ആ ബസ്സ് ഇല്ലാട്ടോ. അതിനു മുൻപിലത്തെ ബസ്സ് പിടിച്ചോളൂ. അല്ലെങ്കിൽ ഞാൻ കൊണ്ടുവിടാം, ബൈക്ക് ഉണ്ട്."

"വേണ്ട ഞാൻ പൊയ്ക്കോളാം." അവൾ നന്ദി രേഖപ്പെടുത്തി.

ഭർത്താവില്ലാത്ത ഒറ്റയ്ക്ക് താമസിക്കുന്ന സ്ത്രീക്ക് സഹായപ്രവാഹം ആയിരിക്കുമല്ലോ; അതാണല്ലോ ലോകം. കൗമാരക്കാരി

കളേക്കാൾ ജീവിതം വിവാഹമോചിതർക്ക് ദുരിതംതന്നെ. കാലങ്ങളായുള്ള റോഡിലെ കുഴികൾപോലെയാണ് അത്.

"എന്താണ് സതീഷേ, പുതിയ വാഗ്ദാനങ്ങളൊക്കെ?" പ്രവീൺ ഒരു കള്ളച്ചിരിയോടെ സതീഷിന്റെ തോളത്തുതട്ടി.

"അല്ല, ചേച്ചി പാവം, ഒറ്റയ്ക്ക് പോകണ്ടേ എന്നോർത്തുചോദിച്ചതാ." അവൻ ന്യായീകരിച്ചു.

"ഉം... ഉം." പ്രവീൺ കണ്ണിറുക്കി കാണിച്ചു. ചേച്ചിമാർ ഒറ്റക്ക് പോകുന്നതിന്റെ ആശങ്കകൾ ആങ്ങളമാർക്ക് കൂടിക്കൂടി വരികയാണ്. അക്ഷരാർത്ഥത്തിൽ അവരുടെ പിന്നാലെയുള്ള ആങ്ങളമാരുടെ കണ്ണുകൾ വാട്സാപ്പിൽനിന്നും ഫേസ്ബുക്കിൽനിന്നും ഒരിഞ്ച് പുറകോട്ടുമാറിയിട്ട് അവരെ എന്തെങ്കിലും ചെയ്യാൻ ഇക്കാലത്ത് അന്യനൊരുത്തൻ ഭയക്കണം.

ബസ്സ്റ്റോപ്പിൽ നിൽക്കുമ്പോൾ ആ കടയിലേക്കവൾ കണ്ണോടിച്ചു.

'സൗഭാഗ്യ ടെക്സ്റ്റിൽസ്'.

അടുക്കിവെച്ചിരിക്കുന്ന വർണ്ണനൂൽ പട്ടുസാരികൾ. മനോഹരം.

അമ്മയുടെ എത്ര നാളത്തെ ആഗ്രഹമായിരുന്നു, മഷിനീല നിറത്തിലൊരു സാരി. ആഗ്രഹത്തോടെ ആ സാരിയിലൂടെ അമ്മയുടെ വിരലോടിയിട്ടുള്ളത് എത്ര തവണ ഞാൻതന്നെ കണ്ടിട്ടുണ്ട്. വില്പനക്കാരിയോട് ആദ്യമായി വില ചോദിച്ചതിന്റെ ഞെട്ടൽ മാറും മുൻപേ അമ്മ എന്നെ വിട്ടുപോയി.

ലാബിലെ പണിയിൽനിന്നും കിട്ടിയ കാശ് നുള്ളിപ്പെറുക്കി ഒരെണ്ണം വാങ്ങി കൊടുത്തിട്ടുവേണം അതുടുപ്പിച്ച് ഒരു ഞായറാഴ്ച ഗുരുവായൂർക്ക് കൊണ്ടുപോകാൻ. ഒക്കെ ഒരു മോഹം മാത്രം. അമ്മ കാത്തു നിന്നില്ല, ഒന്നിനും. പക്ഷേ, ഒന്നിനും പരാതി ഇല്ലായിരുന്നു. നാരായണ വിലാസിലെ കമല, ആ മുണ്ടും നേര്യതിൽ ഒതുങ്ങി ആ ജന്മം. ചില ജന്മങ്ങൾ അങ്ങനെയും.!

"ഹലോ"

"ഹലോ..."

"ആഹ് എന്താ സതീഷേ ഈ നേരത്ത്?" അവൾ മേശവിളക്കിന്റെ സ്വിച്ച് ഇട്ടുനോക്കി. മണി പന്ത്രണ്ട് ആയിരിക്കുന്നു.

"അല്ല, ചേച്ചി ഉറങ്ങിയോ?"

"അഹ്, ഉറങ്ങിയാരുന്നല്ലോ."

"മോളോ?"

"അവളും ഉറങ്ങിയല്ലോ സതീഷേ. നീ എന്താ വിളിച്ചേ എന്ന് പറയ്യ."

"അല്ല ചേച്ചി, ഒന്നുമില്ല. ചേച്ചി ഉറങ്ങിക്കോ, നാളെ ലാബിൽ കാണാം."

"എന്തെങ്കിലും പ്രശ്നമുണ്ടോ നിനക്ക്? വീട്ടിൽ പ്രശ്നം ഒന്നുമില്ലല്ലോ അല്ലേ? ഇവിടെ ഈ വാടകമുറിയിൽ കൂട്ടുകാരുടെ ഒപ്പം നിൽക്കുമ്പോൾ ബുദ്ധിമുട്ടുണ്ടാകും, ഊഹിക്കാവുന്നതേയുള്ളൂ. സാരമില്ല, നീ കുടുംബം നോക്കുന്നില്ലേ. അത് ഈ പ്രായത്തിൽ വലിയ കാര്യംതന്നെയാണ്. ഉറങ്ങിക്കോളൂ. നാളെ സംസാരിക്കാം."

അവൾ ഫോൺ മേശപ്പുറത്തുവെച്ച് കിങ്ങിണിയെ ചേർന്നുകിടന്നു.

സതീഷ് തന്നോടടുക്കാൻ പഴുതന്വേഷിക്കുന്നുവെന്നൂഹിക്കാൻ എനിക്ക് വെറും പെൺബുദ്ധി മതി. മുളയിലേ നുള്ളുന്നതാണ് നല്ലത്. അത് പട്ടുവിളയാണ്.

സ്നേഹാന്വേഷണത്തിന്റെ ഇളംചൂടിൽ ഊഷ്മളമായൊരു സൗഹൃദത്തിന്റെ വേലിക്കെട്ട് തകർത്ത് ഗീതുവിന്റെ ഒറ്റപ്പെടലിലേക്ക് പതുക്കെ പതുക്കെ അവളറിയാതെതന്നെ സതീഷ് സഞ്ചരിച്ചു. ഇരുകൈകളിലെയും നിരന്തരം ചലിച്ചുകൊണ്ടിരിക്കുന്ന തള്ളവിരലുകൾക്കിടയിൽ മൊബൈലിൽ സന്ദേശങ്ങൾ കഥകൾ പറഞ്ഞുകൊണ്ടേയിരുന്നു.

ഒരിക്കൽ വീട്ടിൽ നിന്നും അമ്മ വിളിച്ചപ്പോൾ മെസേജ് അയച്ചുകൊണ്ടിരുന്ന ഫോൺ പ്രവീണിന് നൽകി സതീഷ് പടികളിറങ്ങുമ്പോൾ പ്രവീൺ ആംഗ്യത്തിൽ അവനോട് ചോദിച്ചു:

"ഗീതു ചേച്ചിയാണല്ലോ, ഞാൻ എന്താ പറയേണ്ടത്? ഇത് നിങ്ങൾ തമ്മിലുള്ള സംഭാഷണമല്ലേ?"

അതിന് മറുപടിയായി സതീഷ് വിരസമായി പറഞ്ഞു.

"നീ ഒന്നും പറയണ്ട. ഞാൻ ഇപ്പോൾ അമ്മയോട് സംസാരിച്ചിട്ട് വേഗം വരാം. അതുവരെ അവൾ പറയുന്നതിന് ആഹ്, ഉം എന്നൊക്കെ മൂളിക്കേട്ടാൽ മതി. എന്നും ഒരേ പ്രാരാബ്ധക്കഥതന്നെയാവും പറയാനു

ണ്ടാവുക. ഈ ഒറ്റപ്പെടലുള്ള സ്ത്രീകൾക്ക് വേറെന്താ പറയാനുള്ളത്?"

"അയ്യോ, നീ അല്ലെന്ന് മനസ്സിലായാലോ?"

"അതിന് നിന്നെ അവൾ കാണുന്നൊന്നുമില്ലല്ലോ. മെസേജ് ആർക്കും അയച്ചൂടെ? നീ മുത്തേ, പൊന്നെ എന്നൊക്കെ ഇടയ്ക്കിടയ്ക്ക് വിളിച്ചോ. വേണേൽ നീട്ടിയൊരു ഉമ്മയും കൊടുത്തോ."

ഇത് കേട്ട് പ്രവീൺ ഞെട്ടിത്തരിച്ചു.

"നീ എന്തൊക്കെയാണ് ഈ പറയുന്നത് സതീശേ?"

അവൻ മൊബൈൽ പ്രവീണിന്റെ കൈയിൽ തിരുകി പടികൾ ഇറങ്ങിപ്പോയി.

തുരുതുരെ ഒഴുകിവരുന്ന കരുതലുള്ള വാക്കിന്റെ അക്ഷരങ്ങളോടവൻ ഒന്നാം ബെഞ്ചിലെ കുട്ടി ടീച്ചറോടെന്നപോലെ വിനയത്തോടെ മൂളിക്കേട്ടു.

"സതീശന് ഞാൻ പറയുന്നത് മനസ്സിലാകുന്നുണ്ടോ? സ്നേഹം എന്നത് ഒരു വ്യവസ്ഥ അല്ല, വ്യവസ്ഥാപിതമായ സാമൂഹിക ചുറ്റുപാടുകളോട് ഉലനം ചെയ്ത് തിട്ടപ്പെടുത്താൻ സാമൂഹിക അടിമത്തമുള്ളവന് ബാധ്യതയുണ്ട്. സതീശൻ കൂടുതൽ ഒന്നും ചിന്തിക്കണ്ട. വീട്ടുകാരോട് വിവാഹാലോചനകൾ നടത്താൻ പറയൂ. എന്നായാലും അതൊക്കെ വേണ്ടേ, അതിപ്പോൾ ആയിക്കോട്ടെ."

"അല്ല, അതങ്ങനെ അല്ല." പ്രവീണിന് ശ്വാസംമുട്ടി. അവനെന്തൊക്കെയോ പറയാൻ ശ്രമിച്ചു. ജനലഴികളിലൂടെ വിരൽ ചുരുട്ടിപ്പിടിച്ച് അവൻ പ്രതിഷേധം തീർത്തു. കൂടുതൽ സംസാരിക്കാനാവാതെ അവൻ ഒരു നുണയിലേക്ക് ഒളിക്കാൻ ശ്രമിച്ചു.

"ഞാൻ കുളിച്ചിട്ട് വരാം ഗീതു."

"ശരി. പോയി കുളിക്കൂ സതീശാ. ഭക്ഷണം വല്ലതും വാങ്ങി കഴിക്കൂ." അമ്മയുടെപോലെയുള്ള ആ കരുതൽ വാക്കുകളിൽ അവന്റെ കണ്ണുനിറഞ്ഞു.

നീണ്ട സ്നേഹവായ്പിന്റെ വിളിക്കൊടുവിൽ സതീശൻ വന്നു. ഇതിന്റെ കാലദൈർഘ്യം ഇന്ന് തീരുമാനിക്കണം.

അവൻ കട്ടിലിൽ ചാരിയിരുന്നു വീണ്ടും സന്ദേശമയച്ചു.

"ഗീതു ചേച്ചി ലുലുമാളിൽ പോയിട്ടുണ്ടോ?"

"ഇല്ല സതീശാ എന്തേ?"

"ഈ നാട്ടിൽ ഇങ്ങനൊരിടം ഉണ്ടായിട്ട് ഇതുവരെ പോയില്ലേ?"

"അതിനവിടെ എന്താ ഉള്ളത്? കൊറേ വിലകൂടിയ കടകളൊക്കെ അല്ലേ... അതിലൊക്കെ പോകാനുള്ള കാശ് എവിടുന്ന് സതീശാ?"

"അതിനവിടെ പോകുന്നവരൊക്കെ സാധനങ്ങൾ വാങ്ങാനാണ് പോകുന്നതെന്നാണോ ചേച്ചി കരുതുന്നത്? വെറുതെ നേരം കൊല്ലാൻ ഒരിടം അത്രതന്നെ. നമുക്ക് നാളെ പോകാം?"

"നാളെയോ? നാളെ കിങ്ങിണിക്ക് സ്കൂളുണ്ടല്ലോ സതീശാ. അത് മാത്രമല്ല, ആരെങ്കിലും കണ്ടാൽ അതുമതി. ഇത് നാട്ടിൻപുറമാണ് സതീശാ. എനിക്കിനിയും ഇവിടെ ജീവിക്കണം."

"ഒരാളുടെകൂടെ മാൾവരെ ഒന്നുവന്ന് എന്ന് കരുതി സദാചാരം ഒന്നും പോകില്ല." അവൻ പ്രതികരിച്ചു.

"സതീശാ, എന്റെ ശരിയാണ് എന്റെ ആചാരം, അതിനെ സദാ ആചരിച്ചാൽ സദാചാരം. അതിൽ കവിഞ്ഞൊന്നുമല്ല സദാചാരം. എന്റെ ശരി എന്നത് നിന്റെയൊപ്പം വരുന്നത് ശരിയല്ല എന്നതാണ്. കൂടാതെ സ്നേഹമില്ലായ്മയിൽ നിന്നല്ലെങ്കിലും എന്നോടുള്ള അടുപ്പത്തിൽനിന്നും നീ പിന്തിരിയണം. നമ്മളെന്നും കാണാനിടയുള്ളരാണ്; സഹപ്രവർത്തകർ."

പിറ്റേന്നത്തെ നീണ്ട ചായ ഇടവേളക്കു മുഖം കൊടുക്കാതെ സതീഷ് മേശമേലുള്ള താളം കൊട്ടലിൽനിന്നും ഗീതുവിന്റെ വരവോട് പിൻവലിഞ്ഞത് പ്രവീൺ ശ്രദ്ധിച്ചെങ്കിലും ആ സൗന്ദര്യ പിണക്കം എന്നതിന് കാക്കപ്പുള്ളിയുടെ കറുപ്പേ കല്പിച്ചുള്ളൂ.

ചായക്കോപ്പയുടെ ചൂടാറിത്തീരും മുൻപേ വലിച്ചുകുടിച്ച് ഫോൺ നാദത്തിലേക്ക് ശ്രദ്ധ ചലിപ്പിച്ച് അവൾ എത്തിനോക്കി. പലപ്പോഴും ഉറക്കത്തിൽപോലും ഫോൺ അടിക്കുന്നതായി സ്വപ്നം കാണുന്ന തവളോർത്തു. അത്രമേൽ ജോലി ജീവിതമായിരുന്നു. ലാബിൽ പാതി ചാരിയ വാതിലിനെ അവൾ പതുക്കെ അടയ്ക്കുവാൻ ശ്രമിച്ചപ്പോൾ മറുവശത്തുനിന്ന് ഒരു കൈ ആ വിരലുകളെ തലോടി.

"ഒരു കവർ മേശപ്പുറത്തുവച്ചിട്ടുണ്ട്, ചേച്ചിക്കുള്ളതാണ്."

"എന്താണ് സതീശാ, വീട്ടിൽ പോയിരുന്നോ? അമ്മ വല്ലതും ഉണ്ടാക്കിത്തന്നുവോ? കിങ്ങിണിയുടെ ചുണ്ടിൽ ഇപ്പോളും ആ ഉണ്ണിയപ്പ മണമാണ്."

തിളങ്ങുന്ന കണ്ണുകളിൽ തികഞ്ഞ നിശ്ചയദാർഢ്യം, നേരിന്റെ സിന്ദൂരവടിവിൽ ചുവപ്പില്ലാത്തതിന്റെ കോട്ടം പിണ്ഡംവെച്ച് പടിക്കൽ നില്ക്കുംപോലെ അവനെനോക്കി പല്ലിളിച്ചു. അവൾ ആ കവർ അലസമായി എടുത്ത് തോൾ സഞ്ചിയിൽ നിക്ഷേപിക്കാൻ കൈയ്യൂന്നിയപ്പോൾ അതിലെ വെള്ളയിൽ ചുവന്ന വലിയക്ഷരങ്ങൾ ശ്രദ്ധിച്ചു.

"സൗഭാഗ്യ ടെക്സ്റ്റിൽസ്"

അവൾ ആ ചാണകപ്പച്ച നിറമുള്ള കടലാസ്സ് പൊതി വിരലുകളാൽ പതുക്കെ കോറി വിട്ടവിച്ചു.

നീല നിറം! അതെ, നീലപട്ട്!! അമ്മ പട്ട്!!! അവളുടെ ഉള്ള് ചിന്തകളുടെ ചെന്തീയാട്ടുകൊണ്ട് നീറി. അവൾ ഫോൺ എടുത്ത് സതീശന് സന്ദേശമയച്ചു.

"ഇതെന്താ സതീശാ, സാരിയൊക്കെ?"

"ഒന്നുമില്ല. നാളെ 9:30ന് ഞാൻ ചേലൂർക്കര കക്കടം സ്റ്റോപ്പിൽ നില്ക്കും, ഇതുടുത്തുവരൂ. നമ്മൾ ലുലുമാളിൽ പോകുന്നു. ചേച്ചി ഇതുടുത്താൽ എന്തൊരഴകായിരിക്കും. എനിക്കാ അഴക് വേണം. ഞാൻ പ്രതീക്ഷിക്കും."

ആനി ടീച്ചറുടെ മഷിക്കുപ്പിയിലെ നീലമഷി കൈക്കുമ്പിളിൽ ഒഴിച്ച് മാവിന്റെ ഇലച്ചാർത്തിലൂടൊഴുകി വരുന്ന വെയിലിനെ ചുംബിപ്പിച്ചുകാണിച്ച കൗതുകം. എന്തൊരഴകാണ് ഈ നിറത്തിന്. മഷിനീല. അമ്മേ ഇഷ്ടപെട്ടതും അതാവാം. നീലയല്ലത്രേ റോസാപ്പൂവിന്റെ റോസ് ആണത്രെ പെൺനിറം. നീല ആൺ നിറമാണത്രേ. ജനിച്ച് കുഞ്ഞുടുപ്പ് മുതൽ നിറഭേദം. എന്തോ എനിക്കീ നിറം ഇഷ്ടമാണ്. പക്ഷേ, അത് സതീശനെന്ന ആണിന്റെ നിറമല്ല, ഞാൻ എന്ന പെണ്ണിന്റെ നിറമാണ്. തോൾ സഞ്ചിയിലെ ടവാലയിൽ അവൾ മുഖമമർത്തി. വിയർപ്പിന്റെ ഗന്ധം, ഭയത്തിന്റെ, ആശങ്കയുടെ, ആഗ്രഹങ്ങളുടെ ഒക്കെയുള്ള പോരാട്ടങ്ങളുടെ തീക്ഷ്ണ ഗന്ധം. ഒറ്റപ്പെട്ടവളുടെ പെൺഗന്ധത്തിന്റെ ഉപ്പുരസം കണ്ണീരിന്റെ കൂടെ ആണല്ലോ. ശരി തെറ്റുകൾക്കിടയിൽ ഒരു സ്ത്രീ നേരിടുന്ന ആയിരം സംഘർഷങ്ങളിൽ ഒന്ന് തന്റെ സ്ത്രൈണതയുടേതുതന്നെയാണ്. നേരം തെറ്റിവരുന്ന വിളിക്കാത്ത അതിഥിയായ ആർത്തവം ശരീരത്തോട് വാക്കേറ്റം നടത്തുമെങ്കിലും മനസ്സെന്ന അതിരില്ലാത്ത ആകാശത്തിലെ പട്ടം തന്നിൽ ഒളിപ്പിക്കാൻ ഒരു സ്ത്രീക്കേ ആകൂ.

ആരുമില്ലാത്ത ബസ്സ്റ്റോപ്പിൽ ഒറ്റക്കിരുന്നവൾ മൊബൈലിൽ

നോക്കി. 23 മിസ്സ്ഡ്കോൾ.

ചില വിളികൾക്ക് കുരമ്പിന്റെ വേഗത. ആശങ്കയുടെ നിമിഷങ്ങളിൽ സ്വയം അടക്കാതെ മിനിറ്റ് സൂചി എണ്ണിത്തിട്ടപ്പെടുത്തും മുൻപേ അവൾ ചുറ്റംനോക്കി. ടെക്സ്റ്റയിൽസിലേക്ക് ജോലിക്കു കേറുന്ന സെയിൽസ് ചേച്ചിമാർ ചിരിച്ച് തലയാട്ടി. കിങ്ങിണിക്ക് ഒരുതരി പൊന്നിന്റെ കമ്മൽ പണിയിക്കാൻ വച്ച കാശ്, അതിൽ അവളുടെ വിരൽ തടഞ്ഞു.

"ഉൾവിളികൾ ചിലത് മുന്നേറ്റം കുതിക്കുന്ന കുതിരപ്പന്തയമാണല്ലോ ജീവിതം." അവൾ ബെഞ്ചിൽനിന്നും എഴുന്നേറ്റു. ചീറിപ്പായുന്ന വാഹങ്ങങ്ങളോട് പറഞ്ഞു,

'ഇനി ഞാൻ കൈകാണിക്കില്ല.' റോഡ് കുറുകെ കടന്ന് ടെക്സ്റ്റയിൽസിലേക്ക് കയറിയ അവളെ നോക്കി പരിചയക്കാരി കുശലാന്വേഷണം നടത്തി.

"ഇന്ന് ജോലി ഇല്ലേ?"

നീലയിൽ സ്വർണ ജരികയുള്ള സാരി. അവർ മൂന്നെണ്ണം എടുത്തുകഴിഞ്ഞപ്പോൾ അവൾ കൈ ഉയർത്തി കാണിച്ചു.

"ഇതുമതി."

ആ പൊതി മാറോടണച്ച് അവൾ ഓട്ടോക്ക് കൈകാണിച്ചു. വീടെത്തുംവരെ സംഘർഷങ്ങളൊടുങ്ങാത്ത മനസ്സ് അമ്മയുടെ അസ്ഥിത്തറയിലേക്ക് ഓടിയടുത്തപ്പോൾ കോളാമ്പിപ്പൂക്കളെ നോക്കി നിറഞ്ഞകണ്ണോടെ ചിരിച്ചു. അവൾ ആ അസ്ഥിത്തറക്കൽ ആ സാരിവെച്ചു. ഉള്ളിലെ വിഷാദ കന്മദം പൊട്ടി.

"എനിക്ക് ലുലുമാൾ കാണണ്ട. എന്നിലെ പെണ്ണിന് അമ്മയെ അറിയാം, സതീശനറിയില്ലായിരിക്കും. അമ്മയ്ക്കും എനിക്കും നീലാകാശവും നീലക്കടലും കണക്കെ പ്രതിസന്ധികളുണ്ടാകുമായിരിക്കാം. അതിൽ ജീവിതം നമ്മൾ ആഘോഷിച്ചിട്ടില്ലായിരിക്കാം. കിങ്ങിണിക്ക് പട്ടുകനവ് ഉണ്ടാവട്ടെ. അല്ലേ അമ്മേ...?"

അവൾ എഴുന്നേറ്റു. പിന്തിരിഞ്ഞുനോക്കാതെ പടിക്കലേക്ക് നടന്നകലുന്നത് ഒരു നീല പട്ടുചേലക്കാരിക്ക് നോക്കി നിൽക്കാനേ ആയുള്ളൂ.

"സർ... ബസ്സ് കിട്ടിയില്ല, 20 മിനിറ്റ് വൈകും. പക്ഷേ വരും."

അവൾ ഫോൺ ബാഗിലേക്കിട്ടു. യാതൊരു ഭാവഭേദവുമില്ലാതെ

കയറിവരുന്ന അവളെ പ്രവീൺ അതിശയത്തോടെ നോക്കി. ഗീതു ലുലുമാളിൽ പോയില്ല. അവന്റെ ദീർഘനിശ്വാസം കണ്ടില്ലെന്നു നടിച്ച് അവൾ കസേരയിൽ ഇരുന്നു. ആദ്യത്തെ ഫോൺ വിളിക്ക് ഉത്തരം നൽകി.

"ചേച്ചി..." അവൻ ഒരു പെട്ടി ലഡ്ഡു അവളുടെ നേർക്ക് നീട്ടി.

"അമ്മയുടെ പിറന്നാളാണ്."

അവൾ നിറകണ്ണുകളോടെ അത് രുചിച്ചു.

'തൃമധുരം.'

• *ഏപ്രിൽ 2013*

വാഴ്വേ മായം

"ഇന്ത്യ എന്റെ രാജ്യമാണ്, എല്ലാ ഭാരതീയരും എന്റെ സഹോദരി സഹോദരന്മാരാണ്..."

കൈ നീട്ടിപിടിച്ച് തലയ്ക്കുമുകളിൽ വെയിൽ കരകാട്ടം ആടുന്ന നേരം അസംബ്ലിയിലെ വരിയിൽ ഒതുങ്ങിനിന്ന ആ കാലം ഓർത്തു. അന്നും, ആ കടുത്ത ചൂടിനോടും ആ നില്പിനോടും വെറുപ്പ് തോന്നാതിരിക്കാൻ ഒരേ ഒരു കാരണമേയുള്ളൂ. ഒരു പട്ടാളക്കാരി ആകണം. നാടിനെ സേവിക്കണം. എല്ലാ ഭാരതീയരെയും സേവിക്കണം. മഹോന്നതമായ ആ സേവനം ജീവിത ലക്ഷ്യമായി കണ്ട ആ നാളുകൾകടന്ന് 45 കൊല്ലം പിന്നിട്ടിരിക്കുന്നു. വിധവാപെൻഷൻ വാങ്ങാൻ പണ്ടത്തെപോലെ ബാങ്കിൽ കാത്തുകെട്ടി കിടക്കുകയൊന്നുംവേണ്ട, ഇപ്പോൾ സൗകര്യങ്ങൾ എല്ലാം രാജ്യം ഒരുക്കിത്തന്നിട്ടുണ്ട്. അക്കൗണ്ടിൽവരുന്ന സംഖ്യ മക്കൾ കണക്കുപറഞ്ഞ് വാങ്ങി പറ്റിക്കപ്പെടാതിരിക്കാൻ പട്ടാളക്കാരുടെ ഭാര്യമാർക്ക് വലിയ മിടുക്കാണ് എന്ന് പഞ്ചായത്ത് പ്രസിഡന്റ് പറയുമ്പോൾ ഉള്ളിൽ തോന്നുന്ന പുച്ഛത്തിന് കണക്കില്ല. മഞ്ഞളിച്ച പുഞ്ചിരി അവർക്ക് സമ്മാനിച്ചുകൊണ്ട് ആ പുച്ഛത്തെ പ്രീത വിജയൻ ഉള്ളിൽ ചവറ്റുകുട്ടയിലേക്ക് എറിയാറുണ്ട്.

"പഠിക്കാൻ പറഞ്ഞ കാലത്ത് മര്യാദക്ക് പഠിച്ചിരുന്നെങ്കിൽ ഇപ്പൊ ഈ ഗതി വരുമായിരുന്നോ?"

അമ്മയുടെ സ്ഥിരം പല്ലവിക്ക് തുടർച്ച ഉണ്ടായത് മുപ്പത്തി അഞ്ചാം വയസ്സിൽ വിധവ ആയപ്പോഴാണ്.

'ഇത്ര ചെറിയ പ്രായത്തിൽതന്നെ 'നാഥനില്ലാത്ത കളരി ആയില്ലേ' എന്ന് ബന്ധുക്കൾ സഹതപിക്കുമ്പോഴും പ്രീതയുടെ

ഉള്ളിലെ ചിന്ത മറ്റൊന്നായിരുന്നു. ഗവണ്മെന്റ് ഉദ്യോഗത്തിൽ ഇരിക്കുന്നവർ മരണപെട്ടാൽ ഭാര്യക്കോ മക്കൾക്കോ ജോലി ലഭിക്കുന്ന സംസ്ഥാന സർക്കാരിന്റെ ഔദാര്യംപോലും പട്ടാളത്തിലില്ല. അല്ലെങ്കിലും പത്താം തരം തോറ്റ തനിക്ക് എന്ത് തൊഴിൽ തരാനാണ്, അതും ഇക്കാലത്ത്. ആണ്ട് രണ്ടായിരമാണ്. വല്യ പഠിപ്പ് പഠിച്ച കുട്ട്യോൾക്കുതന്നെ പണി ഇല്ലാത്ത കാലമാ, അപ്പോഴാ. പ്രീത നെടുവീർപ്പിട്ടുകൊണ്ട് വിധിയെ പഴിച്ചു.

പട്ടാളത്തിൽചേർന്ന് പച്ച യൂണിഫോം ധരിച്ച് തിളക്കമുള്ള നക്ഷത്രങ്ങൾ തോളിൽ പതിപ്പിച്ച് നിവർന്നുനിൽക്കുന്ന ആ യുവതിയെ അവൾ ഇടക്കിടെ സ്വപ്നത്തിൽ കാണാറുണ്ട് ഇപ്പോഴും.

ശിവശങ്കരപ്പണിക്കർ അന്ന് ആ നാട്ടിലെ വലിയ പ്രമാണിയായിരുന്നു. അബ്കാരി ശിവശങ്കരൻ എന്നുപറഞ്ഞാൽ അറിയാത്തവർ ആരും ഇല്ല. മകനെ അബ്കാരി വഴിക്കുതന്നെ തിരിച്ചുവിട്ടെങ്കിലും, മകളെ നല്ലവണ്ണം പഠിപ്പിക്കാൻ അയാൾ കാണിച്ച ഉത്സാഹം മകൾക്കില്ലാതെ പോയിയെന്ന് മനസ്സിലാക്കിയ മാത്രയിൽതന്നെ നാട്ടിലെ മറ്റൊരു പ്രമാണിയുടെ മകൻ ജവാൻ വിജയൻ എന്ന് ചെല്ലപേരുള്ള സുന്ദരനും സുമുഖനും ആയ യുവാവിനെകൊണ്ട് അവളെ കല്യാണം കഴിപ്പിച്ചു. പട്ടാളത്തിൽ ചേരാനായില്ലെങ്കിലും എന്താ ഒരു പട്ടാളക്കാരനെതന്നെ ജീവിതപങ്കാളിയായി ലഭിച്ചതിൽ അഭിമാനംകൊണ്ട് ജവാൻ വിജയന് പ്രീത നിവർന്ന തല കുനിച്ചുകൊടുത്തു. അന്നുമുതലാണ് ജീവിതത്തിലെ ഏറ്റവും വലിയ സത്യം ഉൾക്കൊണ്ടത്.

പട്ടാളക്കാരൻ എന്ന പേരു മാത്രമേയുള്ളൂ. മഞ്ഞിലും വെയിലിലും മഴയിലും കണ്ണിമ വെട്ടാതെനിന്ന് രാജ്യത്തെ കാക്കുന്ന ഈ കാവലാളന്മാർക്കൊക്കെ കേന്ദ്രം തരുന്ന ചില ഔദാര്യങ്ങൾ ഒഴികെ മറ്റൊന്നും കൈമുതലായി ഇല്ല. ചെറിയ പ്രായത്തിൽതന്നെ യുദ്ധത്തിൽ പങ്കുചേർന്ന് വീരമൃത്യവരിച്ച ജവാൻ വിജയന്റെ സ്മാരകവും ബലികുടീരവും പ്രധാന കവലയ്ക്ക് അടുത്തുതന്നെ മാസങ്ങൾ കൊണ്ട് കെട്ടിപ്പൊക്കിയതുപോലും കുടുംബസ്വത്തിന്റെ പിൻബലത്തിലാണ്.

"പ്രീത വിജയൻ 54 വയസ്സ്.."

"പ്രീത വിജയൻ ഉണ്ടോ? അങ്ങനെ ആരെങ്കിലും ഇവിടെ വന്നിട്ടുണ്ടോ?"

ചില്ലുവാതിൽ തുറന്ന് ഒരു മധ്യവയസ്കൻ പുറത്തുനിന്ന് ഉറക്കെ

വിളിച്ച് അന്വേഷിച്ചുകൊണ്ടിരിക്കുകയാണ്.

കസേരയിൽ ഒന്നുനിവർന്നിരുന്ന് മൂക്കുകണ്ണട മുകളിലേക്ക് കയറ്റി. വള്ളിചെരുപ്പൊന്ന് നേരെ ഇട്ട് പ്രീത നിവർന്നിരുന്നു. ജീവിതത്തെകുറിച്ചുള്ള ആഴമേറിയ ചിന്തകൾക്കിടയിൽ ആവർത്തിച്ചു വന്ന ആ വിളി ഇപ്പോഴാണ് ചെവിയിൽ പതിഞ്ഞത്.

"സർ ഞാൻ ഇവിടെ ഉണ്ട്."

മധ്യവയസ്കൻ അല്പം നീരസത്തോടെ പ്രീതയെ നോക്കി.

"മാം, ലോക്കൽ ഗാർഡിയൻ എന്ന് എഴുതിയിടത്തെല്ലാം ഒപ്പിട്ടു..."

അയാൾ ഏതാനും വെള്ളക്കടലാസുകൾ അവൾക്ക് നേരെ നീട്ടി. പ്രീത ആ കടലാസ്സുകളിൽ പലയിടത്തായി ഒപ്പുവെച്ച് അയാൾക്ക് തിരികെ നൽകികൊണ്ട് പതിഞ്ഞസ്വരത്തിൽ മധ്യവയസ്കനോട് അപേക്ഷസ്വരത്തിൽ പറഞ്ഞു.

"സർ മക്കൾ രണ്ടുപേരും വിദേശത്താണ്. ഞാൻ ഇവിടെ നിന്ന് 70 കിലോമീറ്റർ ദൂരെയാണ് താമസം. കൂടെക്കൂടെ വിളിച്ചാൽ വരാൻ ബുദ്ധിമുട്ടാണ്. മറ്റുകാര്യങ്ങളൊന്നും ഇല്ലല്ലോ അല്ലേ.? പ്രായത്തിന്റേതായ ബുദ്ധിമുട്ടുകൾ ഉണ്ട്. ആരോഗ്യ പ്രശ്നങ്ങളുമുണ്ട്. നാട്ടിൽ മറ്റാരുമില്ല. അതുകൊണ്ടാണ്..."

ആ വാക്കുകൾ പറഞ്ഞുനിർത്തിയപ്പോൾ ദയനീയമായി അവളെയൊന്ന് നോക്കി, വീണ്ടും വെള്ളക്കടലാസുകളിലേക്കും. മൂത്ത മകന്റെ മകനെ NDA-യുടെ കോച്ചിങ്ങിന് കൊണ്ടുചേർത്തിരിക്കുകയാണ്. അവന് പട്ടാളത്തിൽ ചേരണം. വിദേശത്ത് സുഖസൗകര്യങ്ങളോടെ പഠിച്ച കുട്ടി ഒരു ജവാൻ ആകുന്നതിൽ തന്റെ മക്കൾക്ക് അതൃപ്തിയുണ്ട് എന്ന് മനസ്സിലാക്കികൊണ്ടുതന്നെ അച്ഛമ്മ എന്ന നിലയിൽ കാര്യഗൗരവത്തോടെ മുത്തച്ഛന്റെ ജവാൻ ജീവിതം എടുത്തുപറഞ്ഞുവെങ്കിലും അവനതിനെ ഉൾക്കൊണ്ടത് മറ്റൊന്നായാണ്.

"കാലമൊക്കെ ഏറെ മാറിപ്പോയി അച്ഛമ്മേ, ഇന്നത്തെ സമൂഹത്തിൽ പട്ടാളക്കാർക്ക് വേണ്ടത്ര ബഹുമാനവും പണവും ലഭിക്കുന്നുണ്ട്. ഞാൻ അതിനുള്ള പരീക്ഷയാണ് ഈ എഴുതാൻ പോകുന്നത്. ഞാൻ കേണൽ ആകുമ്പോൾ അച്ഛമ്മയെ എന്റെ കോട്ടേഴ്സിൽ കൊണ്ടുപോയി ഇരുത്തും, എന്റെ ഓഡർലി അച്ഛമ്മയ്ക്ക് ചപ്പാത്തിയും സബ്ജിയും ഉണ്ടാക്കി തരും. വീട്ടുപണികൾ ചെയ്തുതരും. അച്ഛമ്മക്ക് രാജ്ഞിയെപോലെ ഇരിക്കാം."

മാറിയ കാലത്തിൽ പട്ടാളത്തിൽ എന്താണ് സംഭവിച്ചത് എന്ന യാഥാർത്ഥ്യം ഒരിക്കലും ഉൾക്കൊള്ളാനാകാതെ മിനുസമുള്ള മുടിയും തിളങ്ങുന്ന കണ്ണുകളുമായി അവനോടൊപ്പമുള്ള ഒരു പെൺകുട്ടിയെ പ്രീത പകച്ചുനോക്കി. ആ പെൺകുട്ടിയും പട്ടാളത്തിൽ ചേരുന്നതിന് വേണ്ടിയുള്ള പരീക്ഷ എഴുതാൻ വന്നതാണ്. തന്റെ പേരക്കുട്ടിയെക്കാൾ അവൾക്ക് മാർക്കുണ്ട്. അവളായിരിക്കും ആദ്യം കയറിപോകുവാൻ സാധ്യതയുള്ളത് എന്നതിനാൽ, അവളുടെ സഹായത്തിൽ അവളോടൊപ്പം പഠിച്ചുകയറാൻ സൗഹൃദം കൂടിയിരിക്കുകയാണ് പേരമകൻ. പെൺകുട്ടികൾ നന്നായി പഠിക്കുന്നു, പട്ടാളത്തിൽ അവർക്ക് നല്ല സാധ്യതകളാണ് ഇപ്പോൾ ഉള്ളത്.

"ഇവൾ മരിച്ചാൽ ഇവളുടെ ഭർത്താവിന് വിധവ പെൻഷൻ കിട്ടുമോ?"

പ്രീതയുടെ ഈ ചോദ്യത്തെ ആദ്യം ആശ്ചര്യത്തോടെയും പിന്നീട് ഒരു പുഞ്ചിരിയോടെയുമാണ് പേരമകൻ വരവേറ്റത്.

"ജവാന് കിട്ടുന്ന എല്ലാ ആനുകൂല്യങ്ങളും അവർക്കും കിട്ടും."

പ്രീത കുപ്പിവെള്ളം തുറന്ന് അല്പം വായിലേക്ക് ചൊരിഞ്ഞു. വെയിലിന്റെ ആധിക്യം കണ്ണുകളെ മഞ്ഞളിപ്പിക്കുന്നു. കണ്ണുകൾ ഒന്നുകൂടി തിരുമ്മി പ്രീത അവളെ സൂക്ഷിച്ചു നോക്കി.

പ്രീത, ക്ലാസ് 8 ബി

"ഇന്ത്യ എന്റെ രാജ്യമാണ്, എല്ലാ ഭാരതീയരും എന്റെ സഹോദരീ സഹോദരന്മാരാണ്..." തണൽവീണ വഴികളിലൂടെ പാതയോരം ചേർന്ന് അവൾ നടന്നകന്നു.

• സെപ്റ്റംബർ 2023

ഇശൽ

ഒരു ജീവിതത്തിൽ പൊരുത്തപെടാത്ത ദാമ്പത്യം, അല്ലെങ്കിൽ പ്രണയം അമൂല്യമാണ് എന്ന് നടിക്കുന്നവർ മികച്ച അഭിനേതാക്കളാണ്. പൊരുത്തപെടലുകളെക്കാൾ ഇഴകി ചേരലുകൾക്കാണ് ബന്ധങ്ങളിൽ മേന്മ. അതിനാൽതന്നെ അഭിനേതാക്കൾ ബന്ധങ്ങളിൽ വളരാതിരിക്കട്ടെ.

"എന്തുകൊണ്ട് ഒരു ബന്ധത്തോട് നീതി പുലർത്തിയില്ല എന്നതിന്റെ കാരണം ജീവിതപ്രാരാബ്ധംകൊണ്ട് മുൻപ് എന്തുകൊണ്ട് നീതി പുലർത്തി എന്ന് പറയാൻ സാധിക്കട്ടെ റംല."

"സതീശ നീ എന്താ ഇങ്ങനെ?"

"ഇങ്ങനെ ആക്കിയവരാരും ഉത്തരം പറയാത്തിടത്തോളം ആ ചോദ്യത്തിന് പ്രസക്തി ഇല്ലാ ദേവിയേച്ചിയെ..."

സത്യത്തിനും സത്യം ഇല്ലായ്മക്കും ഇടയിലെ ഒരു നൂൽ പാലമാണ് മൂല്യം. അതിൽ സതീശനും റംലയും...

"റംലത്തെ നീ തടിച്ചുവല്ലോ?"

കടപ്പുറം ശാന്തമാണ്. ആളൊഴിഞ്ഞ ആ ബെഞ്ചിൽ അവൾ ചാരിയിരുന്നു.

"ഗൾഫ് ആഹാരങ്ങൾ അല്ലേ നിമ്മി എങ്ങനെ തടിക്കാതിരിക്കും?" അവൾ നീണ്ടനെടുവീർപ്പുകളാൽ മണൽത്തരികളിൽ വിരൽ ഊന്നി.

"ശരിയാണ് നന്നായി അന്ന് ആ തീരുമാനമെടുത്തത്."

"എന്ത്?"

“മുജീബിനെ നിക്കാഹ് കഴിക്കാൻ തീരുമാനിച്ചത്.” നിമ്മി തുടർന്നു.

“ഇന്നിപ്പോൾ എന്താ നന്നായിരിക്കുന്നുണ്ടല്ലോ നീ.”

“തടിച്ചാൽ അതിനർത്ഥം നന്നായി എന്നാണോ നിമ്മി?” നിമ്മി കടലപൊതി തുറന്ന് ഒരു കടല കൊറിച്ചു. ദൂരെ തിര എണ്ണുന്ന ഇരുവരുടെയും മക്കളെ നോക്കിയിരുന്നു.

“നീ പഴയതൊന്നും മറന്നില്ല അല്ലേ?” ബെഞ്ചിലെ അലസമായ അവളുടെ കൈവിരലിൽ നിമ്മി തലോടി.

“മറന്നെന്ന് നിന്നോട് അഭിനയിക്കണോ? ചെയ്യാം.”

“വേണ്ട.”

അവർ ഇരുവരും മൗനമായി ചിലതിനെ അംഗീകരിച്ചതായി ഭാവിച്ചു. മേഘങ്ങൾ കനത്തുകൂടി.

സന്ധ്യയുടെ വെട്ടംവീണപ്പോൾ നിസ്കാരപ്പായ ചുമരിനോട് ചാരി കട്ടൻചായ കോപ്പവട്ടത്തിൽ ചുറ്റിയ അബ്ദുക്കാന്റെ ഉമ്മറപ്പടിയിൽ നിന്നും ദേവി നീട്ടി വിളിച്ചു.

“ഇക്കാ, റംലത്ത് ഉണ്ടോ?”

“ഉണ്ടല്ലോ, ജ്ജ് കേറി കുത്തിയിരിക്കെന്റെ ദേവിയെ, എന്തെയ്നു?”

“കുട്ടിക്ക് നാളെ പരീക്ഷയാണ് ഇക്കാ, കറണ്ട് പോയി. ആ വഴിയിലെങ്ങാനും ലൈൻമാൻ സതീശനെ കണ്ടുകിട്ടിയ പോസ്റ്റിൽ കയറി ഒന്നു നോക്കാമായിരുന്നു. ഒന്ന് അവളോട് തുണ വരാൻ പറയുമോ?”

റംല പഠിപ്പ പുസ്തകം മടക്കിവെച്ച്, ഷജീർ ഇക്ക ഗൾഫിൽനിന്ന് കൊണ്ടുവന്ന നീളൻ കാലൻ ടോർച്ച് അങ്ങ് നീട്ടിപ്പിടിച്ചു.

“വരിൻ ദേവിയേച്ചിയെ, നമ്മുക്ക് നോക്കാം മൂപ്പര് ഉണ്ടോന്ന്.” മഞ്ഞറളി പടർപ്പുള്ള മുള്ളുവേലിക്കൽ തട്ടമുടക്കാതെ ചേർന്ന് അവർ നടന്നു. വെളിച്ചപ്പാടിന്റെ കാൽതളപോലെ കിലുങ്ങിയ ദേവിയുടെ പാദസരത്തിനൊപ്പം മണ്ണട്ടകൾ ഈണംപിടിച്ചു.

“ഓര്, വല്ല പോസ്റ്റ്മ്മിലും വവ്വാല് തൂങ്ങുന്നുണ്ടാവും, മുകളിലേക്ക് ടോർച് അടിച്ചുനോക്ക് റംല.”

റംല ടോർച്ച് ആകാശത്തേക്ക് തെളിച്ച് നക്ഷത്രങ്ങളിൽ സൂക്ഷിച്ചുനോക്കി. തീരങ്ങളിലെ ഇരുൾ തേടുന്ന ആ നക്ഷത്ര മിന്നാമിനുങ്ങുകൾക്ക് അല്പം തിളക്കമേറുന്നുണ്ടോ എന്ന് സംശയം.

ദേവി: *"സതീശ..."*

സതീശൻ: *"ആ.."*

സതീശൻ ചായപ്പീടികയുടെ ബെഞ്ചിൽ അവസാനഘട്ട പത്രം വായനയിലാണ്. രാത്രിയുടെ ഇരുളിൽ മയങ്ങുമ്പോഴും വായിച്ചുതീർക്കാൻ വാർത്തകൾ ആണല്ലോ നമുക്കുചുറ്റും.

"ദേവിയേച്ചിടെ വീട്ടിൽ കറണ്ടില്ല. ഒന്ന് അവിടംവരെ വരു.."

റംല വിനയത്തോടെ തട്ടം നീട്ടിപ്പിടിച്ച് മാറുമറച്ചു.

"ദേവിക്കും കറണ്ടോ?"

"നീ കളിയാക്കണ്ട ഒന്ന് വാ സതീശാ, ജിത്തുന് നാളെ പരീക്ഷയാ, എന്താണ് അറിയുന്നില്ല കറണ്ടിൽ പ്രശ്നം." ആകാശത്ത് ടോർച്ച് വീശുന്ന റംലയെ സതീശൻ എറികണ്ണിട്ടുനോക്കി.

"അവിടെ എന്താണ്?"

റംല: *"ഒന്നുല്ല വെറുതെ"*

സതീശൻ: *"നക്ഷത്രങ്ങൾക്ക് ഒരു സ്വഭാവമുണ്ട് അവരെ നോക്കുമ്പോൾ അവർ നമ്മളെ നോക്കുകയാണെന്ന് തോന്നും. മനുഷ്യരെപ്പോലെ തന്നെ. പക്ഷേ, നമ്മളെ നോക്കണം എന്ന് ആഗ്രഹിക്കുന്നതുകൊണ്ടാട്ടോ. അല്ലാണ്ട് അവര് നോക്കണതൊന്നും അല്ല."*

ഒന്നും മനസ്സിലാകാതെ റംല തലയാട്ടിക്കൊണ്ട് ദേവിയോടൊപ്പം നടന്നു. നക്ഷത്രങ്ങൾ, ഞാൻ, സതീശൻ, ദേവിയേച്ചി ആരാപ്പതിൽ കേമം! പടച്ച തമ്പുരാനെ അറിയൂ. മഴയാണ് പുത്തൻ ചെരുപ്പിന്റെ വാറുപൊട്ടിയാ നാളെ കോളേജിൽ പോക്കുതീർന്നു. ഊരി കൈയിൽ പിടിക്കാം. പോക്കാച്ചിത്തവളയെ ചവിട്ടാഞ്ഞ മതിയായിരുന്നു.

ദേവി: *"റംല നിനക്കറിയോ ഇവൻ ആ പാർട്ടി ഓഫീസിന് മുന്നിൽ ചടഞ്ഞിരുന്ന പയ്യനാ, സദാനേരവും ക്യാരംസ് കളിയും കൂട്ടുകൂടലും. ഭാഗ്യല്ലേ സർക്കാർ പണി കിട്ടിലൊ, ഓരോരുത്തരുടെ യോഗം."*

റംല: *"ഞാൻ ഇനി എന്നാണാവോ ദേവിയേച്ചിയേ പിഎസ്സി ഒക്കെ എഴുതി സർക്കാർ പണിക്ക് പോകുക, യോഗണ്ടോ എന്തോ?"*

"അതിന്റെ ഒന്നും ആവശ്യം വരണ്ണ്ടാവില്ല നിനക്ക്, ഒരു മൊഞ്ചൻ വന്ന് കൊത്തികൊണ്ടുപോകും നിന്നെ."

"നിക്ക് മൊഞ്ചൻ ഒന്നും വേണ്ട ദേവിയേച്ചിയേ, നന്നായി

നോക്കിയാൽ മതി. ഉമ്മാനെപോലെ തീ തിന്നാനകൊണ്ട് എനിക്ക് വയ്യ."

"ദാ," അവൾ ഞെട്ടിതിരിഞ്ഞു. തന്റെ തോളത്ത് ഒരു പുസ്തക തട്ട്.

"ഇങ്ങള് പേടിപ്പിച്ച്." അവൾ വഴിമാറിനിന്നു. നേരിയ ഇലഞ്ഞിമര വെളിച്ചത്തിന് ഇടയിലൂടെ കാറിരുണ്ടിട്ടുണ്ടെങ്കിലും ആ കണ്ണുകൾ നക്ഷത്രങ്ങളോളം തിളങ്ങി.

"നീ വായിക്കും എന്ന് കേട്ടല്ലോ?"

"വീടർക്ക് വായിക്കണത് പിടിക്കണില്ല. കോളേജില് വല്ലോം വായിക്കും."

"വായിക്കുന്നത് വീട് വളർത്താനാണ്. പെണ്ണുങ്ങൾ വായിച്ചാലേ ലോകം പഠിക്കു. നീ അതിനായെങ്കിലും വായിക്കണം."

ഫ്യൂസ് വയർ നീട്ടിപിടിച്ച് അവൻ ചുണ്ടിൽവെച്ച് വലിച്ചൂരി കൊണ്ട് തട്ടിതടഞ്ഞ വാക്കുകൾക്ക് അർഥങ്ങൾ നൽകി.

"എനിക്കൊരു ലോകമുണ്ട് സതീശാ, അതിൽ കിനാക്കളുണ്ട്, മൊഹബ്ബത്ത് ഉണ്ട്, ഇശലുകൾക്ക് മൃദുത്വമുണ്ട്. അതെനിക്ക് ആസ്വദിക്കണം. എനിക്ക് പഠിക്കണം. വായിക്കണം, യാത്ര ചെയ്യണം, ലോകം കാണണം. ഇങ്ങൾക്കത് മനസ്സിലാകണില്ലേ?" സതീശൻ തലയാട്ടി ചിരിച്ചു.

"എല്ലാർക്കും അത് മനസ്സിലായ മതിയായിരുന്നു." അവൾ നെടുവീർപ്പിട്ട് തിരിഞ്ഞുനോക്കുന്ന നേരത്തിൽ ഉമ്മറപ്പടിയിൽവെച്ച ബക്കറ്റിൽനിന്നും ഒരു കൈ വെള്ളം കോരി സതീശൻ കാവിമുണ്ടിന്റെ തലപ്പ് മുൻപല്ലുകളിൽ അമർത്തിപിടിച്ച് കാൽ കഴുകി.

സതീശൻ: *"ദേവിയേച്ചിയെ... ന്ന ഞാൻ പോവാ ട്ടോ."*

ദേവി: *"കട്ടൻ കുടിച്ചിട്ട് പോകാട സതീശാ.."*

സതീശൻ: *"വേണ്ട ദേവിയേച്ചിയെ, അന്തികള്ളിന്റെ സുഖം അങ്ങു പോകും."*

മുഖം തിരിച്ചു റംല അത് കേട്ടില്ലെന്നുനടിച്ചു.

"എന്റെ കൂടെ വന്നോളൂ. ഞാൻ അങ്ങോട്ടാക്കാം." മുന്നോട്ടുനീട്ടി വെച്ച കാൽവയ്പുകൾ പാടവരമ്പിലെ തൊട്ടാവാടികളെപോലും നോവിക്കാതെ അവൾക്ക് വഴി തെളിച്ചു.

"സതീശാ, സബിതേച്ചി ചതിച്ചതാലേ ഇങ്ങളെ...!!!"

ഇഷ്ടമില്ലാത്ത എന്തിനോടെങ്കിലും പൊരുത്തപ്പെടാനെടുക്കുന്ന ചുവതീർക്കുന്നത് സതീശൻ ഇടതൂർന്ന താടിയിൽ തടവി കൊണ്ടാണ്.

"മുന്നോട്ട് ടോർച്ച് അടിക്ക് എന്റെ പാത്തുമ്മ" അവൻ കുറച്ച് ശബ്ദം കൂട്ടപ്പിച്ചു.

"ഞാൻ റംലയാണ് പാത്തുമ്മയൊന്നുമല്ല. അവൾ ഇങ്ങടെ പൊരേല്." അവൾ പിണങ്ങി മുന്നോട്ട് വേഗത്തിൽ നടന്നു.

സതീശൻ: *"ഓളെ ഞാനാ ചതിച്ചത്. എനിക്ക് ഓളെ വേണ്ട."*

"ഞാൻ ഗംഗാധരൻ മാഷിന്റെ അടുത്ത് ട്യൂഷന് പോകുമ്പോൾ നിങ്ങളാ ഭഗവതീടെ കുളക്കടവില് മിണ്ടിയുംപറഞ്ഞും ഇരിക്കണത് കാണാൻ ഞങ്ങളാ പടിയിലേക്ക് എത്തിനോക്കാറുണ്ട്."

സതീശനിൽ ഓർമകളുടെ പെരുംകളിയാട്ട തിറ തുടികൊട്ടി ആടി.

"റംല: ഇങ്ങൾ നല്ലോന, നിക്കറിയ, പോട്ടെ..." അവൾ പടികൾ കയറിപോകുന്നത് മൗനമായി സതീശൻ നോക്കിനിന്നു.

"ചിലർക്ക് നമ്മൾ നല്ലവരാകുന്നത്, ജീവിതത്തിലെ തിരുത്തുകൾക്കാണ്." നീ എന്റെ തുരുത്തും തിരുത്തുമാവാൻ ഈ തിരിച്ചറിവ് ചിലപ്പോൾ അധികകണക്കുകൂട്ടലായേക്കാം. മുഹമ്മദ് റാഫിയുടെ ഈണങ്ങൾ നേർത്ത മഴചാറ്റലിൽ ആ വാഴത്തോപ്പിനിടയിലെ മഴ കീറുചാലുകൾക്കുമേൽ സതീശന്റെ പാദങ്ങളെ താളംപിടിപ്പിച്ചു.

ആ ഞായറാഴ്ച വൈകിയുണർന്ന് ഉറക്കച്ചടവോടെ നീട്ടിയ ചായക്കൊപ്പം സ്വർണ്ണനൂലുകൾ തടഞ്ഞു. സുവർണ്ണലിപികളിൽ വടിവൊത്ത അക്ഷരങ്ങൾ അതിൽ തിളങ്ങി.

'റംല വെഡ്സ് മുജീബ്റഹമാൻ'

"അമ്മേ ഇത് ഓളല്ലേ? ആ ദേവീടെ വീടിനടുത്തെ?"

"അമ്മ: ആ അതുതന്നെ ഓൾ ഇപ്പൊ കോളേജിലെ പഠിത്തമൊക്കെ കഴിയാറായി ഇരിക്കുന്നു. ഗൾഫീന്ന ചെക്കൻ. അവര് 150 പവൻ ഒക്കെ കൊടുക്കാ പറഞ്ഞുതുകൊണ്ടത്രേ. ഇത്ര നല്ല ആലോചന ഒക്കെ വരുന്നത്."

150 പവൻ. അമർഷം അടക്കി സതീശൻ സ്റ്റീൽ ഗ്ലാസ് ഉച്ച

ത്തിൽ ഉറപ്പിച്ചുവെച്ചു. ഇറയത്ത് തൂങ്ങികിടക്കുന്ന കള്ളിഷർട്ട് എടുത്തിട്ട് പടികടന്നുപോയി.

"ആണുങ്ങൾക്ക് ദേഷ്യം വരുമ്പോൾ വീട്ടിൽനിന്ന് ഇറങ്ങിപോകാ എനിക്കോ?" ശാരദ ടീച്ചർ പുട്ടിന്റെ കുഴലിൽ ചില്ലിട്ടുനിറച്ചുകൊണ്ട് അരിശം പ്രകടിപ്പിച്ചു.

പാടംകടന്ന് അക്കരെയെത്തി നോക്കിനിൽക്കാൻ കാഴ്ചക്കാരായി നാട്ടുകാരും ഉണ്ട്. വൈകിട്ട് ആറിനുവരുന്ന ശക്തി മുരുകൻ പ്രൈവറ്റ് ബസ് കടന്നുപോകുന്നു. കട്ടപ്പത്തിലൊരു ചായയുമായി കണാരേട്ടന്റെ ചായക്കട ബെഞ്ചിൽ സതീശൻ സ്ഥാനംപിടിച്ചു.

"നവാസെ, എന്താണ്ടാ, അന്റെ മാമാക്ക് ഒന്നും ഇനിം നേരം വെളിച്ചായില്ലെ? ഓളെ എന്തിനാ ഇപ്പോൾ കെട്ടിക്കണത്. ഓള് പഠിക്കട്ടെ." നവാസ് തലകുനിച്ചിരുന്നു.

"മാമാക്ക് പറഞ്ഞ മനസ്സിലാകണ്ടേ സതീശേട്ടാ."

സതീശൻ: *"ഇത് കാലമൊക്കെ മാറിയില്ലേ നവാസേ. നിങ്ങടെ കൂട്ടത്തിലെ പെണ്ണുങ്ങളൊക്കെ നന്നായി പഠിക്കണുണ്ടല്ലോ. ജോലിയും കിട്ടിപോണുണ്ട്. ന്നിട്ടും നിങ്ങളൊക്കെ പഠിപ്പിക്കാതിരിക്കുന്നത് കഷ്ടമാണ്. ഓൾക്ക് സ്കൂൾടീച്ചറോ മറ്റോ ആകാൻ ഇഷ്ടമാണെന്ന് ദേവിയോട് പറയുന്നത് കേട്ടിട്ടുണ്ട് ഞാൻ. കല്യാണം കഴിഞ്ഞ പഠിപ്പിക്കാൻ പറ. വെറുതെ പാഴാക്കല്ലേ ആ ജന്മത്തിനെ."*

നവാസ്: *"കല്യാണം കഴിഞ്ഞ് ഗൾഫിൽ കൊണ്ടുപോകും സതീശേട്ടാ, വിസ ഒക്കെ ഉണ്ട്."*

സതീശൻ: *"ന്നാ കൊണ്ടോയി 4 ചുമരിനുള്ളിൽ പൂട്ടിയിടാൻ പറ."*

നവാസ്: *"എബടെ, ബെറുതെ മത്തി പുളിം ചോറും തിന്നുജീവിക്കണേക്കാൾ എത്രയോ ഭേദല്ലേ സതീശേട്ടാ? എവിടേലുംപോയി രക്ഷപ്പെടട്ടെ. ഓൾ അവിടെ പോയിട്ട് എന്തെങ്കിലും ജോലിക്ക് പോകട്ടെ ഞാൻ സംസാരിക്കാം."* സതീശൻ കൈയിൽനിന്നും അഞ്ചിന്റെ തുട്ടെടുത്ത് ചായ ഗ്ലാസ്സിനൊപ്പം നീട്ടി.

സതീശൻ: *"ഈ കരേന്ന പ്രവാസം കണ്ട പെണ്ണുങ്ങളുടെ ജീവിതമൊക്കെ എനിക്കും അറിയാം നിനക്കും അറിയാം. വിട്ടുവായത്തം പറയാതെ ഡാ, ഞാൻ പോണു."*

ആ പുത്തൻ മൊഞ്ചുള്ള മൈലാഞ്ചി കൈയിൽ വെറ്റില മണം പടർന്നുഒഴിയും മുൻപേ അതിന്റെ മണം പരത്തി കടന്നുപോകുന്ന

വണ്ടികളുടെ കരച്ചിൽ കുതിർന്ന തടാകങ്ങളുടെ നനവ് അയിലൂർ കരയ്ക്ക് അന്യമല്ല. കടൽകടന്ന് മൊഞ്ചത്തികൾ ഒക്കെ മസ്ലിം തുണിയും അത്തർ കുപ്പിയും വർണ്ണക്കടലാസിൽ പൊതിഞ്ഞ മിഠായികൾക്കൊപ്പം ഇശൽ അറേബ്യൻ കിനാവുകളിൽ മതിമറന്ന കരക്കാർ അടച്ചിട്ട തീപ്പെട്ടിക്കൂട് കെട്ടിടങ്ങളിലെ വീട്ടുതൊഴിലാളി വീട്ടമ്മയുടെ അടഞ്ഞ മൗനങ്ങളെ മിനാരങ്ങളുടെ പൊലിമയിൽ ഒതുക്കി.

"റബ്ബിലാലമീനായ തമ്പുരാൻ" കനിഞ്ഞനുഗ്രഹിച്ച നൽകിയ സമ്പത്ത് എണ്ണക്കിണർ കണക്ക് കണ്ണീരിൽ കോരി തേവിയെടുത്തത് കൂടെപോയ മൊഞ്ചത്തികൾ കൂടിയാണെന്ന് അറിയാതെ പോയത് കെട്ടിപ്പൊക്കിയ മണിസൗധങ്ങളിൽനിന്നുള്ള ബിരിയാണി മണത്തിൽ ആണ്. ആൽമരച്ചോട്ടിൽ അന്ന് വൈകീട്ടത്തെ ആഴ്ച പച്ചക്കറി ചന്തയുടെ ഏറ്റക്കുറച്ചിൽ വിളികളിൽ വിലപേശി വാങ്ങിയ സഞ്ചിയിൽനിന്നും ഉള്ളിയും ഉരുളക്കിഴങ്ങും ചടഞ്ഞിരുന്നു.

ദേവി: *"ആ സതീശനോ? ചന്തക്കൊക്കെ വരുവോ നീയ്?"* സതീശൻ ഒരുപിടി പച്ചമുളകു വാരി ദേവിയുടെ സഞ്ചിയിലേക്ക് ഇട്ടുകൊണ്ട് വിഷയത്തിന് എരിചേർത്തു.

"എവിടെ റംല ഇല്ലല്ലോ ഇന്ന്?"

ദേവി: *"അവളുടെ കല്യാണം ഒക്കെ ഒരുക്കൂട്ടം ആയിരിക്കുന്നു സതീശ, ഇനിയിപ്പോ അവൾ ചന്തയ്ക്ക് ഒന്നും വരില്ലത്രെ. ഞാൻ വരുമ്പോൾ വിളിച്ചു, അപ്പോൾ അവളുടെ ഉമ്മ പറഞ്ഞു കല്യാണം പറഞ്ഞ പെണ്ണല്ലേ ഇനിയിപ്പോ അങ്ങനെ ഇങ്ങനെ ഒന്നും നടക്കാൻ ആവില്ലല്ലോ ദേവിയെന്നു."*

സതീശൻ: *"ഓ ഇപ്പൊതന്നെ തുടങ്ങിയോ വേലികെട്ടൊക്കെ"* അവൻ മുഷിപ്പ് പ്രകടിപ്പിച്ചു.

"ഈ സഞ്ചിതൂക്കി വീടെത്തുമ്പോഴേക്കും നടുവേദന വരും. അത് അവിടെവെച്ച് പൊക്കോളൂ ദേവിചേച്ചി ഞാൻ വരുമ്പോൾ കൊണ്ടുവരാം." സതീശൻ സഞ്ചി എടുത്തുനടന്നകന്നു.

അന്നത്തെ ശീവേലിക്കൊട്ടുവിൽ ജഡ കെട്ടിഒതുക്കി, അരക്കെട്ടിൽ ചുവന്ന പട്ടുവസ്ത്രത്തിൽ വിയർപ്പുതുള്ളികൾ തുടച്ചുവരുന്ന ആ കിലുക്കത്തിനു സതീശൻ ഒന്ന് തലയുയർത്തി സഞ്ചിയിൽനിന്നും ശിഹാബുദ്ദീൻ പൊയ്ത്തുംകടവിന്റെ "നിലാവിനറിയാം" എന്ന പുസ്തകം വെളിച്ചപ്പാടിന് നേരെനീട്ടി.

"മേലേ പടികേറുമ്പോൾ അബൂക്കാന്റെ പടിയിൽ ഇതൊന്ന് തിരുകിക്കോളൂ വെളിച്ചപ്പാടെ. അവിടത്തെ കുട്ടിക്ക് വായിക്കാൻ ഉള്ളതാ." വെളിച്ചപ്പാട് കൈനീട്ടി പുസ്തകം വാങ്ങി അരക്കെട്ടിൽ തിരുകി. കുശലാന്വേഷണം നടത്തി.

"വൈകിട്ട് പാർട്ടി ഓഫീസിൽ കാണാം സതീശ." ആ ചിലമ്പൊലി അകന്നു.

കർക്കിടക പേമാരി പെയ്തൊഴിയുമ്പോൾ പഴയ പത്രക്കടലാസിന്റെ കൂമ്പാരക്കെട്ടിൽനിന്നും പൂപ്പൽ മണം മുറികളിൽ പടർത്തു മാറ് നിശ്ചലത ബന്ധങ്ങളിൽ പടർന്നു. എല്ലാത്തിനുമൊരു തണുപ്പൻ നയം. ഷെജീറിക്കാന്റെ വിളിക്കവൾ കാതോർത്തു. അടുത്ത മുറിയിൽ അവൾ കേൾക്കാതെ ഉമ്മ ആങ്ങളയോട് അടക്കം പറയുകയാണ്.

"ഓളിപ്പോ പറയണത്, പഠിക്കണംന്ന ഷെജീറേ, നമ്മക്കിപ്പോ കെട്ടിക്കാണ്ടിരിക്കനാവോ? ഇയ്യൊന്നു വിളിക്ക് ഓളെ, ന്റെ ഒരു സമാധാനത്തിനെങ്കിലും ഈയ്യൊന്ന് വിളിച്ച് നല്ല നാല് വാക്കുപദേശിക്ക്. ഓൾടെ ഉപ്പാന്റെ മാതിരി ഒക്കെ അനക്കറിയാലോ. എപ്പോളാ മട്ടും ഭാവവും മാറുക എന്നറിയില്ല."

ജനാലക്ക് പുറത്ത് തടിച്ചുകൂടിയ ആൾക്കൂട്ടത്തെ നോക്കി കണ്ണു തിരുമ്മി എഴുന്നേറ്റ ആ വെള്ളിയാഴ്ചദിനത്തിൽ പെരുന്നാൾ പെരുക്കം കണ്ട് ഖദീജ ബാനു എന്ന ബീബാത്തു 70 വയസ്സ് മകൻ അബൂവിനെ അന്വേഷിച്ച് കട്ടിലിന്റെ ചുവട്ടിലേക്ക് കൈകൾ നീട്ടി. ഇല്ല, കഫം തുപ്പാൻ കോളാമ്പി മാത്രം. അവർ പതുക്കെ കയ്യെത്തി പിടിച്ച് റൗക്കയുടെ കെട്ടുമുറുക്കി എഴുന്നേറ്റു.

"അല്ഹംദുലില്ല, മണി പത്തായിക്കണ്, ഓര് ചായേന്റെ വെള്ളം കുടിക്കണേ ഉള്ളൂ. അല്ല അല്പം മുറുമുറുപ്പിലാണ്. ചിന്നട്ടംകരയിൽനിന്നും ഓൾടെ ഉപ്പയും ആങ്ങളമാരും ഒക്കെ ഉണ്ടല്ലോ? എന്തോ പന്തികേട് ഉണ്ട്." ബീബാത്തുമ്മ അടുക്കള പടിലേക്ക് നീങ്ങി.

"ഓളിന്നാലും പടച്ചോന് നിരക്കാത്ത പണി ചെയ്തിട്ടാണല്ലോ സൈനു പോയത്. കല്യാണം പറഞ്ഞിരിക്കണ പെണ്ണല്ലേ ഈ ഒളിച്ചോടീരിക്കണത്? മാനോം അഭിമാനോം ഉള്ളോർ ഇനി എങ്ങനെ കുടുംബത്തിൽ തലപൊക്കി നടക്കും."

ഷിൽജ പഞ്ചസാരകുപ്പിയിൽ തവിയിട്ടിളക്കി കട്ടനിലേക്ക് വിതറി. തവി നാവിലിറ്റിച്ചു.

"ഓൾ ഒളിച്ചോടേതാണെന്ന് ആളെക്കൂട്ടി നാട്ടാരെ അറിയിക്കാണ്ട്, ഇങ്ങളൊക്കെ ചായെന്റെ വെള്ളം മോന്തി പെരെക്ക് പോക്കോളിൻ. ഓൾ വരും."

ഓടിക്കിതച്ചെത്തിയ ദേവി കിതപ്പ് ഒന്ന് ആറാൻ കോലായിലെ അമ്മിയിൽ പിടിച്ചൊന്ന് താങ്ങിനിന്നു.

"റംലക്ക് എന്താണുണ്ടായത് ഇത്ത?"

"ഓൾക്ക് ഒന്നും ഉണ്ടായില്ല." ബന്ധുക്കാരി വിശദീകരിക്കാൻ അവൾക്ക് നേരെ ചിരവ നീക്കി.

"ഇതിലിരുന്നോ ദേവ്യേ, ഓൾ ഇന്ന് പുലർച്ചെക്കത്തെ വണ്ടിക്ക് ബാംഗ്ലൂർക്ക് പോയി. ആരോടും ഒന്നും പറഞ്ഞിട്ടില്ല. എന്തിനാ പോയെന്ന് ആർക്കും അറീല. നമ്മടെ ഓട്ടോ നാരായണൻ രാവിലെ ശാന്തീനെ ഗുരുവായൂർക്ക് ബസ്സ് കേറ്റി വിടാൻ പോകുമ്പോ ഒരു മിന്നായംപോലെ കണ്ടൂന്ന പറയണേ... പിന്നേ..." അവൾ തട്ടമൊതുക്കി ദേവിയുടെ ചെവിയിൽ പതുക്കെപറഞ്ഞു.

"ആ സതീശനും ഉണ്ടായിരുന്നത്രെ... ബസ്സില്" ദേവിയുടെ കണ്ണുകൾ വികസിച്ചു.

"ആര്? ടീച്ചർടെ സതീശനോ?"

"ആഹ്, ഓൻ തന്നെ..."

"അവനെങ്ങോട്ടോ മാറ്റംകിട്ടി പോകുകയാണ് എന്ന് പറഞ്ഞു ലൊ? ഇടുക്കിക്കോ മറ്റോ?"

"ഏയ്, ഇത് ഓൾടെ കൂടേ പോയതന്നെയാ." അവർ കട്ടൻ ചായക്കൊപ്പം അച്ചപ്പത്തിൽ മുറുക്കെ കടിച്ചു.

"ഇനിപ്പോ എന്താ ചെയ്യാ? ഓൾ കെട്ടുവോ ഓനെ? റബ്ബേ, ന്ന നമ്മളിനി ഇ പൊറേല്ലില്ല. ഓൾടെ പ്രായത്തിൽ എനിക്കുമുണ്ട് രണ്ടെണ്ണം. ഇതൊക്കെ ന്റെ ആങ്ങളമാരച്ച ആടിനെ വെട്ടുംപോലെ വെട്ടും." വിതുമ്പലിന്റെ ശബ്ദം ഈയമുരുക്കി ഒഴിക്കേണ്ട കാതുകളിൽ ഒരു പക്ഷേ കേട്ടിരിക്കില്ല. പക്ഷേ അവൾ, ദേവി കേട്ടു.

റംലയുടെ ഉമ്മ ജമീലാത്ത അടുക്കള മൂലയ്ക്കൽ ഇരുന്ന് തട്ടതുണിയിൽ മുഖമമർത്തി കരയുകയാണ്. ദേവി അവരുടെ കൈ പിടിച്ചു.

"ഒന്നുണ്ടാവില്ല ഇത്ത, അവൾ വരും. ബുദ്ധിമോശം തോന്നീത

നമ്മടെ കുട്ടിക്ക്."

പള്ളികമ്മിറ്റിടെ ചായിപ്പില് അബ്ദു തലകുനിച്ച് ഇരുന്നു.

"ഓൾ ഓടി പോയതൊന്നും അല്ല, സബീലെ, എനിക്കെന്തോ പന്തികേട് തോന്നുന്നു. നമുക്ക് ഇടുക്കിക്ക് പോയാലോ? സതീശനെ ഒന്നു കാണാൻ?"

"ഇങ്ങളിതിപ്പ്, എന്തിന്നാൻടോ പറയുന്ന? ബെറുതെ ബടക്കാക്കി തനിക്കാക്കാൻ നോക്കല്ലേ. ഓൻ മഹാ അലുക്കുലുത്ത."

"ന്നാലും, അവനും ഒരാണല്ലേ? അവന് ഒരച്ഛന്റെ വിഷമം അറിയാതിരിക്കോ? ഒന്നു പോയി നോക്കാം."

റേഷൻ പീടികേന്നു വരുന്ന വഴി പാലത്തിന്റെ വളവിൽ അബ്ദു ശാരദ ടീച്ചറെ കാത്തു നിന്നു.

"പിന്നെ, നിങ്ങളോടെനിക്കൊരു വിരോധവും ഇല്ല. എന്റെ മോള് എവിടെയെന്നറിയണം അത്രെ എനിക്ക് വേണ്ടൂ."

"ഞാൻ സതീശന്റെ നമ്പർ തരാം. അബ്ദുക്ക. പെങ്കുട്ട്യോൾടെ അച്ഛന്മാരുടെ ആദി എനിക്കും കുറച്ചൊക്കെ അറിയാ. അച്ഛനില്ലാതെ വളർന്നതിന്റെ അവിവേകം അവനുണ്ട്. പക്ഷേ ആരുടേം ജീവിതം കൊണ്ടവൻ മുച്ചീട്ടു കളിച്ചിട്ടില്ല. കോമാളി ആയിട്ടേ ഉള്ളൂ. അമ്മയായ എനിക്കതിന്റെ ദണ്ണം ഉണ്ട്." ശാരദ ടീച്ചർ കണ്ണട അല്പം ഉയർത്തി ആ കണ്ണീർ കണികയെ സാരിതലപ്പിൽ കുതിർത്തു. നടന്നകന്ന ആ അമ്മയെ മകളുടെ അച്ഛൻ നോക്കിനിന്നു.

ഇതു ചെക്കോട്ടൂർ പാലത്തിന്റെ കീഴെ ചേറു പായൽ പോലെ വിടവറ്റു കിടക്കുന്ന ജീവിത കുരുക്കാണ്. റംല, അവൾക്കല്ലാതെ മറ്റാർക്കും ഇത് നിവർത്താനാകില്ല. അബ്ദു ദീർഘനിശ്വാസം ചെയ്തു. ദൂരെ ബാങ്ക് വിളിയുടെ ഈണങ്ങൾ തെരുവ് ഏറ്റു പാടി. കണ്യാട്ടേരി കുളത്തിൽ കൈ കാൽ കഴുകി അബ്ദു മുഖം തുടച്ചു. പടച്ച തമ്പുരാൻ കനിവിന്റെ കടലാണ്, ആ കടലിലെ പരൽ മീനുകൾ അഹങ്കരിക്കരുത്. അഹങ്കരിച്ചാൽ അഹം ഗ്രഹിക്കാൻ ഉള്ളലിവുള്ള ഒരു ഖൽബു ചുറ്റും ഉണ്ടാകില്ല. നേർവഴി അതാണ് പള്ളി വരാന്ത.

അന്തിയുടെ വെട്ടം വീഴും മുൻപേ ആ ഇടവഴികളിൽ വെളിച്ചം വീണു. പുതിയ ലൈൻമാൻ കസർത്തു തുടങ്ങി. അബ്ദു ചില്ലു പൊളിഞ്ഞ ബൾബിലേക്ക് നോക്കി. വെളിച്ചതിനെന്തൊരു വെളിച്ചം സുൽത്താൻ പറഞ്ഞത് കള്ളമല്ല. വെളിച്ചം തന്നവനും നോവിന്റെ

നീറ്റലുള്ളപ്പോൾ എന്തൊരു വെളിച്ചം.

അരിച്ചിറങ്ങുന്ന തണുപ്പിന്റെ അവനാഴികളെ മടക്കി ഒതുക്കി പിടിച്ച നരച്ച തോർത്ത്മുണ്ട് അബ്ദു ഒന്നാഞ്ഞു കെട്ടി ആനവണ്ടിയുടെ ചരിഞ്ഞ സീറ്റിൽ ചാഞ്ഞിരുന്നു.

"സബീലെ ഓൻ അബടെ ഇണ്ടാകും ല്ലേ?"

"ഇണ്ടാകും ഇക്ക, ഇങ്ങൾ ബേജാറാകാതിരിക്കിൻ. ഓനെ നമ്മക്ക് കണ്ടു പിടിക്കാ."

ചായയില തെരുവോരങ്ങളിൽ കുമ്പാരം കൂട്ടിയിട്ടതിൽ ചടഞ്ഞിരിക്കുന്ന തൊഴിലാളികൾക്കും, തണുപ്പിനോട് പൊരുതി ബീഡി വലിച്ച മുഖത്തേക്ക് പുകച്ചു തള്ളുന്ന മുൻ സീറ്റുകാരനും അല്പം മദ്യമണമുള്ള തണുപ്പിന്റെ പ്രതിരോധം കാണാം.

"ഈ ചെമ്മനാർ, അടുത്ത സ്റ്റോപ്പ് എങ്ങാനും ആണോ?" സബീൽ അയാളെ അനുനയത്തോടെ നോക്കി.

"ഇതിപ്പോ പുളിയന്മല ആയെ ഉള്ളൂ. അതിനിനീം ഉണ്ട്."

"ഇങ്ങൾ ഇന്നാട്ടുകാരനാ?"

"ആഹ്." അയാൾ ബീഡികുറ്റി ജനാലക്കൽ കുത്തിയുടച്ചു.

"ഈ സർക്കാർ ജീവനക്കാർക്ക് മല ഇടുക്കിൽ ഒക്കെ കോട്ടേഴ്സ് ഉണ്ടോ?" അയാൾ നബീലിനെ തുറിച്ചു നോക്കി.

"ഇവിടെ എല്ലാം ഉണ്ട്. ആവശ്യത്തിന് തണുപ്പും." അയാൾ കൈകൾ പരസ്പരം അമർത്തി ഉരസി, മീശയിൽ ഒന്നു തടവി. നല്ല സുഗന്ധ വ്യഞ്ജനങ്ങളുടെ മണം കാറ്റിൽ തഴുകി വന്നതിൽ മദ്യവാസന ഒന്നൊതുങ്ങി.

"സ്പൈസസ് കമ്പനി ആണ്" അയാൾ ചൂണ്ടി കാണിച്ചു.

"ചെമ്മനാറില് ആരാണ്?"

"ഒരു ലൈൻമാൻ സതീശനെ തേടി വന്നതാണ്." സബീൽ മൊബൈലിൽ സതീശന്റെ ചിത്രം കാണിച്ചു.

"ആളെവിടെ ആണെന്നറിയില്ലേ?"

"ഇല്ല."

"സർക്കാർ പണി അല്ലേ അവിടെ എവിടെ എങ്കിലും കാണും."

ചെമ്മനാർ ഋതുമതിയായ യുവതിയെ പോലെ നാണിച്ച് ചുവന്നു തണുപ്പിൽ കുളിരും കൊണ്ട് പെരിയാറിനെ പ്രാപിച്ചു കിടക്കുന്നു. ആ ഇളം ചുവപ്പിന്റെ ചാരുത കുളിരിനു മേലഴക് തന്നെ.

"ആരിവൾ... ആരിവൾ മിട്ടുമിട്ടുക്കി... ഇവിടുത്തെ കാറ്റാണ് കാറ്റ്..."

അബ്ദുക്ക തലയുയർത്തി നോക്കി. നാടിനു ചേർന്ന പാട്ട്. ഫ്രണ്ട്സ് ബേക്കറിയിൽ അന്നത്തെ കട്ടൻ ചായക്ക് കൂട്ടിയ അച്ചപ്പത്തിന്റെ കറുമുറുക്കനെ ഉള്ള മോണകാട്ടിയുള്ള ചിരികൾ ബസ്സിലുള്ള പരിചയക്കാരെ അന്വേഷിച്ചു. പലരും തലകുലുക്കി കൈവീശിക്കാണിച്ചു. ചെമ്മനാർ പള്ളിയിലേക്കുള്ള യേശുവിന്റെ മണവാട്ടികൾ വെള്ളവസ്ത്രത്തിന്റെ വൃത്തിയും വെടുപ്പിലും ആറിന്റെ ചുവപ്പ് മണ്ണിൽ തഴുകി കൈവരികളിൽ പിടിച്ചു നടന്നു അവർക്കരികിലൂടെ പുറകിലെ സീറ്റിലേക്ക് നടന്നു നീങ്ങി. പശുക്കൾ ചവച്ചരയ്ക്കുന്ന ഓർമക്കുറിപ്പുകൾ പോലെ ദേശത്തിന്റെ കൃഷിയിടങ്ങൾക്ക് അവിടവിടങ്ങളിലായി കാവൽ നിൽക്കുന്നു. പാൽ കാനുകൾ കയറ്റി പടികളിൽ കയറിയ റാഫേൽ കന്യാസ്ത്രീകളെ നോക്കി മുണ്ട് താഴ്ത്തി തലചൊറിഞ്ഞു നിന്നു. KL69 വണ്ടികൾ ചീറിപാഞ്ഞിരുന്ന കട്ടപ്പനയുടെ ഒരു ചവിട്ടു നാടകവും ചെമ്മനാറിനില്ല. ശാന്തം, സൗമ്യം, സുന്ദരം. നെടുങ്കണ്ടത്ത് നിന്നും കട്ടപ്പനയിൽ നിന്നും ഒഴിഞ്ഞു മാറി ഈ മലമൂട് തന്നെ സതീശൻ ചോദിച്ചു വാങ്ങിയത് അതുകൊണ്ടാകാം.

ചെമ്മനാറിൽ ഇറങ്ങുമ്പോൾ നേരം സന്ധ്യയോടടുത്തുരിക്കുന്നു. അന്തിക്ക് തലചായ്ക്കാനൊരു കഷ്ണം ഇടം തേടിയലയും മുൻപേ പീടിക തിണ്ണമേൽ ഒന്നു നടു ചായ്ച്ചു. സബീൽ പീടികക്കാരനോട് പരിചയപ്പെടാൻ മുൻകൈ എടുത്തു.

"ഇവിടെ താമസിക്കാൻ വല്ല ഇടവും...?"

അയാൾ മുഴുവനാക്കാതെ കുലയിൽ നിന്നും ഒരു പഴം കീഴ്പ്പോട്ടാഞ്ഞു വലിച്ചു.

"ഏയ്, ഇവിടാരും അങ്ങനെ താമസിക്കാറൊന്നുമില്ല. നിങ്ങൾക്ക് വേണമെങ്കിൽ നാളെവരെ ഈ ബെഞ്ചിൽ കിടക്കാം." ആശ്വാസത്തോടെ ഉള്ള അബ്ദുക്കാന്റെ നെടുവീർപ്പ് സബീൽ അകത്തു കേട്ടു.

"ഇങ്ങക്ക് ഇയാളെ അറിയോ?" പീടികക്കാരൻ ഫോണിലേക്ക് എത്തി നോക്കി.

"ഈ ആൾ ഇടക്ക് ആ പള്ളിമുക്കിലെ വായന ശാലയിലേക്ക് പോകുന്നത് കാണാം. കുറെ വയറുകളൊക്കെ ഉണ്ടാകും കൈയിൽ."

"അതെ, ലൈൻമാൻ ആണ്." സബീൽ ആ കച്ചിത്തുരുമ്പിൽ ആഞ്ഞു പിടിച്ചു.

"വായന ശാലയിൽ ചോദിച്ചാൽ അറിയും. അൻസാർ ഉണ്ടാകും അവിടെ."

ബെഞ്ചിന്റെ മേൽച്ചൂട് കൊണ്ടിണങ്ങിയ ശരീരം ഉപേക്ഷിച്ച അബ്ബ എഴുന്നേറ്റു നടന്നു. അൻസാർ മേശപ്പുറത്ത് നിരത്തിയ പുസ്തകത്തിന്റെ അടുക്കും ചിട്ടയും സ്ഥിരപ്പെടുത്തി.

"സതീശൻ വൈകീട്ട് വരും, നിങ്ങളിരിക്കു." അയാൾ മരക്കസേര നീക്കി.

"ഓൻ ഇവിടേം ലൈൻമാൻ അല്ലേ?"

അൻസാർ: *"അതെ"*

അബ്ബ: *"ഓൻ എബടെയാ അന്തി ഉറങ്ങണ?"*

"അത് അടുത്തൊരു രാജീവിന്റെ വീട്ടിൽ ഒരു മുറിലാണ്."

"പെണ്ണുങ്ങൾ ഒന്നൂല്യെ?"

"ഏയ് സതീശൻ കല്യാണം കഴിച്ചിട്ടില്ല."

'റംല...'

ഉള്ളിൽ ഒരു തീനാളം. അബ്ബ വിരലുകൾ മെല്ലെ ഞെരിച്ച ശബ്ദമുണ്ടാക്കി. വൈകിട്ടത്തെ വായനമൂലയിലെ രാഷ്ട്രീയ കോളിളക്കത്തിന് ശേഷം മാണിസാറിന്റെ മരണവും കൂടിയായപ്പോൾ തിരക്കൊഴിയാതെ പൂട്ടാതെ വായനശാലയിൽ ബൾബ് എരിഞ്ഞു.

"എന്താ സതീശാ, പീടിക പടില് ഒരു ആൾക്കൂട്ടം?" ഉറച്ച ശബ്ദം കേട്ടു സബീൽ പുറം തിരിഞ്ഞു. പരിചിത മുഖങ്ങൾ കണ്ടപാടെ സതീശൻ പതുക്കെ പറഞ്ഞു.

"നമുക്ക് പുറത്തു നിന്നു സംസാരിക്കാം." അബ്ബ സതീശനെ ചേർത്തുകെട്ടിപ്പുണർന്നു.

"മോനെ," അയാളുടെ ശബ്ദമടഞ്ഞു.

"ഓൾ എവടാണേലും നന്നായിരുന്നമതി. ഓൾ അന്റെ കൂടേ ഇണ്ട. സത്യം പറ?" സതീശൻ അയാളെ ശക്തമായി സാന്ത്വനിപ്പിച്ച കരവലയത്തിൽ ഒതുക്കി.

"അവൾ എന്റെ കൂടെയാണ് ബസ് കയറിയത്. പക്ഷേ എന്റെ കൂടെ ഇല്ല."

"ഇയ്യ്, എന്താണീ പറയണത്. ഒരു പെൺകുട്ടിയാണവൾ. ഓൾ എവടെ പോകാനാ, കളിക്കല്ലേ സതീശാ. എനക്ക് മുന്നും പിന്നുമില്ല. ഓളെ എനിക്ക് വേണം. ന്റെ മോളാ അവള്"

"എനിക്ക് ഒന്നുമറിയില്ല." അബ്ബ തലതാഴ്ത്തി ആ തൂണോട്ട ചാരി. സബീൽ മൂപ്പരെ പിടിച്ചങ്ങിരുത്തു. സതീശൻ അബ്ബവിനെ താങ്ങി ഇരുത്തി.

സതീശൻ: *"ഇക്ക, ലോകം ഒരുപാട് വളർന്നിരിക്കുന്നു. മാറ്റങ്ങൾ അലയടിക്കുന്നു. ഇന്നു പെണ്ണ അനുസരിപ്പിക്കേണ്ട ഉപകരണം അല്ല. അതിനുസ്നേഹമെന്ന മേമ്പൊടി ഉണ്ടെങ്കിലും."*

അബ്ബ: *"ഓൾ എവടെ? എനിക്ക് ഓളെ ഒന്നു കാണണം."*

സതീശൻ: *"ഞാൻ അവളെ ചിന്തിക്കാൻ പ്രേരിപ്പിച്ചു. എന്നത് ശരിയാണ്. അവളെ പോരാട്ടത്തിലേക്ക് ഞാൻ നയിച്ചില്ല. അതവൾ തന്നെ ആയിരുന്നു, അവളുടെ മാറ്റം തന്നെ ആയിരുന്നു. ഞാൻ അന്ന് ആ ബസിൽ കയറുമ്പോൾ എനിക്കറിയില്ലായിരുന്നു അവള് അതിൽ ഉണ്ടെന്ന്. എന്നെ കണ്ട അവൾക്ക് അല്പം പരിഭ്രമം ഉണ്ടാകുമെന്ന് പ്രതീക്ഷിച്ചു. ഉറച്ച തീരുമാനം എടുത്ത സ്ത്രീക്ക് ജീവിതത്തിൽ ഒന്നിലും പരിഭ്രമമോ പതർച്ചയോ ഉണ്ടാകില്ല ഇക്ക. അത് പെണ്ണിന്റെ സവിശേഷ ശേഷിയാണ്. റംല ഒരു പെണ്ണാണ്. ആ നിമിഷങ്ങൾ അങ്ങനെ എന്നെ ബോധ്യപ്പെടുത്തി. ഞാൻ അവളുടെ അരികിൽ ഇരുന്നു.*

"റംല ഇത്ര നേരത്തെ എങ്ങോട്ടാണ്?"

"ഞാൻ ബാംഗ്ലൂർക്ക് പോകുകയാണ്. ഇങ്ങക്ക് സ്ഥലം മാറ്റം ആയിലെ, ദേവയേച്ചി പറഞ്ഞു"

സതീശൻ: *"അതെ, കട്ടപ്പനയ്ക്ക്. ബാംഗ്ലൂർ എന്തെങ്കിലും പരീക്ഷ?"* അവൻ ബാഗ് കാലുകൾക്കിടയിലേക്ക് ചേർത്തുവച്ചു. അവളെ മറികടന്നു ജനാല ഷട്ടർ താഴ്ത്തി. മഴത്തുള്ളികൾ അവളുടെ തട്ടത്തിന്റെ ഞാത്തലുകളിൽ വൈരങ്ങൾ പോലെ തൂങ്ങി.

"അല്ല, ഞാൻ ഒരു കോഴ്സിന് ചേർന്നു, കൂട്ടുകാരിയുടെ ഒപ്പം നിൽക്കാൻ പോകുകയാണ്. ഉമ്മാന്റെ ആങ്ങളെടെ ഒരു ബന്ധുവാണ് ആ കുട്ടി."

സതീശൻ : *"നന്നായി, വിവാഹം?"* റംല ബാഗിൽ നിന്നും ടിക്കറ്റ്

പണം എടുത്തു കൈക്കുമ്പിളിൽ ചുരുട്ടി മടക്കി ഞെരിച്ചു.

"ഇല്ല, തത്കാലം ഇപ്പോൾ ഇല്ല."

സതീശൻ: *"ഗൾഫിലേക്ക് പോകുന്നു എന്നറിഞ്ഞപ്പോൾ."*

റംല: *"ഗൾഫ് അല്ല ഭൂമിയുടെ അവസാനം."*

സതീശൻ ആത്മവിശ്വാസത്തോടെ അവളുടെ ചുവന്ന വളകളിട്ട കൈയിൽ അഭിനന്ദന സുഖമുള്ളൊരു തലോടൽ നൽകി. 'വായിച്ച പുസ്തകമൊന്നും പാഴായില്ല' അപ്പോൾ സതീശൻ മീശത്തുമ്പിൽ വിരൽ ഞൊടിച്ചു. കണ്ണുകൾ ആഴത്തിൽ അവർക്കിടയിൽ ആത്മവിശ്വാസം കൈമാറി.

റംല: *"ഇങ്ങക്കോന്നറിയോ?"*

സതീശൻ: *"എന്താണ്?"*

റംല: *"ചില കാര്യങ്ങൾ പെണ്ണുങ്ങക്ക് എന്താ വേണ്ടത് എന്ന് ചുറ്റുമുള്ളോർക്ക് അറിയില്ല."*

"അറിഞ്ഞാലും അറിഞ്ഞൂന്നു നടിക്കില്ല."

"അപ്പോ പെണ്ണുങ്ങള് എന്താ ചെയ്യാ?"

സതീശൻ: *"ശരി ചെയ്യുക, പിന്നീടത് ശരിയിൽ അവസാനിക്കും."*

റംല: *"എന്റെ ശരിയല്ല നിങ്ങളുടേത്, അപ്പോളോ?"*

സതീശൻ: *"ലോകത്തിനും നന്മയുടേതായ ചില ശരികൾ ഉണ്ട്. അതിന്റെ പല നാട്ടുവഴികൾ മാത്രമാണ് അവനവന്റേതായ വഴികൾ."*

റംല: *"ഇങ്ങക്ക് ഞാൻ ശരിയാണോ?"*

സതീശൻ മുന്നോട്ടു നോക്കി മൗനമായിരുന്നു.

'എന്റെ ശരികളോട് മത്സരിക്കാൻ നീ വളർന്നില്ല പെണ്ണേ.' ഉള്ളിൽ കനമുള്ള വാക്കുകൾ തിളച്ചു.

സതീശൻ: *"മുന്നോട്ട് ഇനി എന്ത്?"*

റംല: *"പഠിക്കണം."*

ചേർത്തുവച്ച കാലിടുക്കിലെ ബാഗിൽ നിന്നും അമ്മ രാവിലെ തന്നെ ഉപ്പുമാവും പയറും പൊതിഞ്ഞ വാട്ടിയ ഇലപ്പൊതി അവൾക്ക് നേരെ നീട്ടി.

റംല: *"ഞാൻ ഇറങ്ങും മുൻപ് കഴിച്ചു."*

അവർക്കിടയിൽ ഒരു നേർത്ത ഇശൽ പോലെ ഒഴുകിയ ബസ്സിലെ ഗാന മാധുരി ആടിയുലയുന്ന ആ തട്ടത്തിനിടയിലെ തലനാരിഴകളാൽ കാറ്റ് അവന്റെ മുഖത്തു തലോടി.

"റംല നീ വലിയൊരു ലോകത്തെയാണ് അഭിമുഖീകരിക്കാൻ പോകുന്നത്." സതീശൻ നെടുവീർപ്പിട്ടു കൊണ്ട് അവളെ നോക്കി.

"ബാംഗ്ലൂർ വലിയൊരു നഗരമാണ്. നാഗരികതയുടെ പടയോട്ടം പണക്കൊഴുപ്പിന്റെ നേർത്ത മഞ്ഞിൽ പൊതിഞ്ഞ കോളേജുകളുടെയും തൊഴിലിടങ്ങളുടെയും പറുദീസ."

"എനിക്കറിയാം. ഞാൻ അവിടത്തേക്ക് യോജിച്ചതല്ല. പക്ഷേ ഞാൻ യോജിച്ചവളാകും എന്നെങ്കിലുമൊരിക്കൽ."

സതീശൻ: *"എന്താവശ്യം ഉണ്ടെങ്കിലും വിളിക്കാം... വിളിക്കില്ലേ?"*

റംല: *"ഇങ്ങൾഅല്ലാണ്ട് വിളിക്കാൻ വേറെ ആരാ ഉള്ളെ."*

സതീശൻ: *"വിളിപ്പുറത്ത് ഉള്ള ചില ആൺ ജന്മങ്ങളെ കണ്ടില്ലെന്ന് നടിക്കാനുള്ള പ്രത്യേക ശേഷിയുള്ള ഒരേ ഒരു ജന്മമേ ഉള്ളൂ ഭൂമിയിൽ അത് പെണ്ണാണ്."*

റംല സതീശനെ സൂക്ഷിച്ചു നോക്കി.

"ഞാൻ സാബിതേച്ചി അല്ല"

അതൊരു പ്രഖ്യാപനമല്ലായിരുന്നു. ഒരു നിലപാടായിരുന്നു. മേലെയങ്ങാടീല് ബസ് ഇറങ്ങാൻ നീണ്ട മണിനാദം അടിച്ചു. തിക്കും തിരക്കുമില്ലാതെ ഒഴിഞ്ഞ സീറ്റുകൾക്ക് ഇടയിലൂടെ അവൾ ഇറങ്ങി ചെന്നു. സതീശൻ ആ സത്യത്തെ നോക്കി നിന്നു. ഇതൊരു തുടക്കം മാത്രം.

"ഓനാണ് അപ്പോ ചതിച്ചത്, ഓനാണ്." അബു വെളുത്ത മുണ്ടിന്റെ കര അരക്കുചേർത്തു കുത്തി.

"ഷെജീർ, ഓൾടെ ആങ്ങള ഇല്ലേ ഓൻ. ഓൻ ഗൾഫീന്നു കാലു കുത്തട്ടെ കണ്ടം തുണ്ടമാക്കി കഷ്ണികും ഞാൻ." സതീശൻ സ്റ്റീൽ പ്ലേറ്റിൽ വിളമ്പിയ നനുത്ത അലകൾ പോലെ നീണ്ട പൊറോട്ട കഷ്ണങ്ങളിൽ ചാറൊഴിച്ചു നീട്ടി.

"അവള് പഠിക്കട്ടെ, തത്കാലം ഒന്നിനും നിർബന്ധിക്കേണ്ട, പിന്നീട് പറഞ്ഞു മനസ്സിലാക്കാം".

"എനിക്ക് പൊരേല് കേറാൻ പറ്റുവോ സതീശാ, നാട്ടാരുടെ മുന്നിൽ തല പൊക്കി നടക്കാനെകൊണ്ട് പറ്റോ?"

സതീശൻ: *"നാട്ടുകാരല്ല സ്വന്തം മകളുടെ ഭാവി തീരുമാനിക്കുന്നത്. നിങ്ങളാണ്. ഒരു വിവാഹം വേണ്ട എന്ന് പറഞ്ഞത് കൊണ്ട് ഒരാളുടെയും ജീവിതം ഇന്നുവരെ അവസാനിച്ചിട്ടില്ല. ഒരാളുടെ അഭിമാനം ഇതിലൊന്നുമല്ല നിലനിൽക്കുന്നത്. സമൂഹത്തിനു കൊള്ളാത്തവളായി ഒരു സാമൂഹിക ക്രമത്തിൽ ചങ്ങലയാക്കി അവളെ തള്ളിയിടുന്നതിനേക്കാൾ വിവേചന ശേഷിയുള്ള പെണ്ണായി നിലനിൽക്കാൻ അല്പം സമയം കൊടുക്കുന്നതാണ്."*

"ഇൗയ്യുണ്ടല്ലോ, വിപ്ലവം പറഞ്ഞേനെ കൊണ്ടാണ് ആ ടീച്ചറ് കെട്ടിയോൻ ഇല്ലാണ്ടായിട്ടും അന്നേ സഹിക്കണെത്. ഇയ്യ് ഒരേ ഇങ്ങനെ തീ തീറ്റിക്കരുത്."

അകലങ്ങളിൽ തീ കൂട്ടിയിട്ട് ആളിക്കത്തിയതിനുമേൽ ദോശക്കല്ലിൽ വെള്ളമൊഴിച്ചതിന്റെ നീറ്റൽ സതീശൻ ഉള്ളിലറിഞ്ഞു. അന്ന് വൈകീട്ടത്തെ വണ്ടിക്ക് കയറാൻ ബാഗ് എടുത്തു കൈയിൽ കൊടുക്കുമ്പോൾ അവൻ പറഞ്ഞു.

"ഇക്ക, നിറങ്ങളുള്ള ജീവിതം ഒരു വാക്കേ പെണ്ണിന് നൽകാനാകൂ, വിദ്യാഭ്യാസം. അവൾക്കത് കൊടുക്കണം."

യുക്തിബോധമുള്ള ഒരു ആൺശബ്ദം അതിൽ നിഴലിച്ചു. സബീൽ സതീശനോട് യാത്ര പറയുവാനായി കൈകൊടുത്തപ്പോൾ അവന്റെ മുഖം താഴ്ന്നു തന്നെയിരുന്നു.

അടച്ചിട്ട മുറിക്കുള്ളിൽ നിന്നു വെള്ളിയാഴ്ച പെരുമ കൂട്ടാൻ അത്തറിന്റെ മണം ആ വെള്ളമുണ്ടിൽ ഒഴുകി. പുതിയാപ്ല ഉള്ളതല്ലേ, എന്തേലും വച്ചുണ്ടാക്കി കൊടുക്കണ്ടേ? അടുക്കളയിൽ ബിരിയാണി ചെമ്പിൽ തട്ടും മുട്ടും ഈണത്തിൽ ദഫ് മുട്ടി. റംല ഉറക്കച്ചടവുള്ള കണ്ണുകളിൽ ഉള്ളിത്തൊലി ഉരിച്ച കണ്ണുനീർ നീട്ടി തുടച്ചു.

"നാളെ പോണം, കോഴിക്കോട്ടേക്ക്. വിസേടെ കാര്യങ്ങൾ ഉടൻ ശരിയാക്കണം എന്ന ഓൻ പറയണത്. ഒരു മാസം കൊണ്ട് ഓൾക്കും പോകാൻ പറ്റും." അബ്ദു മുന്നിലെ ചാരു കസേരയിൽ അന്തസ്സായി

ചാരി ഇരുന്നു ബന്ധുക്കളോട് മേനി പറയുന്നത് കേട്ട ഉമ്മ മുറുക്കി യത് കോളാമ്പിയിലേക്ക് നീട്ടി തുപ്പി.

"റംല..."

"ഓ എന്താ ഉമ്മൂമ്മ?"

"ഇവടെ വാ..." അവൾ ഉമ്മൂമ്മന്റെ കാൽക്കൽ ചടഞ്ഞിരുന്നു കാലിലെ നീലച്ച ഞെരമ്പുകളെ ഞൊടിച്ചു.

"ഇയ്യ് പോകാ?"

"അതെ." അവൾ തട്ടം നീട്ടി മറച്ചു.

"നീ അപ്പോൾ ഉസ്കൂളിലേക്ക് ഇനി പോണില്ല?" അവൾ നിശബ്ദ യായി.

"എന്റെ തുടർപഠനം അച്ഛനമ്മമാരുടെ ആത്മഹത്യ ഭീഷണിയിൽ അവസാനിച്ചിരിക്കുന്നു. ബാംഗ്ലൂർന്നു കാണാൻ വന്നപ്പോൾ ഉപ്പ ഒന്നു മാത്രമാണ് പറഞ്ഞത്."

"ഈ പറഞ്ഞത് അബ്ബൂന്റെ വാക്കാണ്. നിക്കാഹ് കഴിച്ച തരാന്ന് പറഞ്ഞത് ഞാൻ ആണെങ്കിൽ അത് നടന്നില്ലെങ്കിൽ അന്റെ ഉമ്മാനേം കുട്ടി അള്ളണെ, ഈ ജീവൻ വിടും. അന്നേം കൊണ്ട് പൊക്കോളാന്ന് അന്റെ ഉമ്മാക്ക് ഞാൻ വാക്കു പറഞ്ഞിക്കുണ്. ഇയ്യ് ഇതൊക്കെ നിർത്തി ഉപ്പാന്റെ കൂടേ വായോ."

റംല: *"പഠിപ്പിക്കാം എന്നു വാക്കു പറയാൻ പറയു ഉപ്പ അവരോട്, എങ്കിൽ ഞാൻ വരാം."*

അബ്ബു: *"ഓര് നിന്നെ നന്നായി നോക്കും. ഗൾഫി കൊണ്ടോവും. എനക്ക് ഉറപ്പാ."*

റംല: *"ഗൾഫിപോയ പഠിക്കാൻ പറ്റില്ല. എനിക്ക് പഠിക്കണം ഇതുപോലെ നല്ലൊരു കോളേജിൽ. നല്ലൊരു ജോലി കിട്ടും വാപ്പ, ഇതി നേക്കാൾ നല്ല ആലോചനകൾ അപ്പോളും വരും."*

അബ്ബു: *"അത് വരണ്ണ്ടാകും. ഉപ്പ ഉണ്ടാകില്ല."*

അയാൾ ബാഗ് എടുത്തു മുന്നോട്ട് നടന്നു. ഹോസ്റ്റൽ മുറിയുടെ ചാവി സബീലിന്റെ കൈയിൽ നിന്നും വാങ്ങി. വാർഡന്റെ മാസ കുടിശ്ശിക അടച്ച പ്രാരാബ്ധം തീർത്തു.

"ഓൾ നാളെ എന്റെ കൂടേ വരുകയാണ്."

ആ ബസ്സിന്റെ ചോർന്ന സീറ്റിന്റെ അകമേയുള്ള പെയിന്റ് ഒലിച്ചിറങ്ങിയ ഇടത്തിൽ മലയാളത്തിൽ എഴുതിയിരുന്നു *"സ്ത്രീ"*. പ്രത്യക്ഷത്തിൽ എവിടെയും ഇരിപ്പിടമുള്ളവർ, പരോക്ഷമായി സ്നേഹസ്വാധീനത്താൽ ഇരിപ്പ് ഇടം പോലുമില്ലാത്തവർ എന്ന വിശേഷണം ചേരും. ഉപ്പയുടെ മുഖത്തെ സമാധാനത്തിന്റെ നിഴൽ തന്റെ നേർക്കു നീളുന്ന കരിനിഴലാണെന്നു ഊഹിക്കാവുന്നതേ ഉള്ളു അവൾക്ക്. പ്രൗഢഗംഭീരമായ ബന്ധു സദസ്സ് പിന്നീടുള്ള ആഴ്ചകൾ വീടിന്റെ അകംതിണ്ണകൾക്ക് ചൂട് നൽകി. പെരുനാൾ രാവുപോലെ അടുക്കളപ്പുര ഉണർന്നു തന്നെ ഇരുന്നു. തേങ്ങാപ്പാല് പിഴിഞ്ഞ കൈകളെ ജനാല അഴികളിലൂടെ നോക്കി നിൽക്കെ അവൾക്ക് തോന്നി.

'സത്ത ഊറ്റി എടുത്തു സ്വയം മിനുക്കാനുള്ള കൊഴുപ്പ് നൽകുന്ന മേന്മ സ്ത്രീത്വത്തിനു ലഭിക്കുന്നത് വിവാഹത്തിലൂടെയാണോ?'

വിസയുള്ള തയ്യാറെടുപ്പുകളുടെ വേഗത പുതുമണം മാറാത്ത കട്ടിലൊഴിഞ്ഞു മൊഞ്ചത്തിയെ അറബിനാട്ടിലേക്ക് കടൽ കടത്തി. ആർഭാട ലോലുപമായ നഗരത്തിന്റെ വേഗ പൊലിമയിൽ ആ ജീവിതം ഉണ്ടും ഉറങ്ങിയും നാലുചുവരുകൾക്കുള്ളിൽ അടങ്ങി. ഇറങ്ങി പഴകിയ മലയാള സിനിമകണ്ടു തീർത്തു. അവളുടെ അറേബ്യൻ പരിമിതികളുടെ ദൈർഘ്യം ലുലുവിന്റെ പലവ്യഞ്ജന വിഭാഗം വരെ നീണ്ടു കിടന്നു. 'ആണ്ടിലൊരിക്കൽ ശ്രാദ്ധമൂട്ടും ബലി തർപ്പണവും ആത്മാവിന് ശാന്തത നല്കുമത്രേ!!!' അവളും ആണ്ടിലൊരിക്കൽ നാട്ടിൽ മഴക്കാലമാസ്വദിക്കാൻ ചേക്കേറി ഉമ്മാന്റെ കഞ്ഞിയേയും ഉണക്കമീനിന്റെ രുചിയേയും വാഴ്ത്താൻ പഠിച്ചു.

ചാഞ്ഞുനിന്ന നെല്ലിമരത്തിന്റെ മറവിലൂടെ ആ വീട്ടിന്റെ മുറ്റത്തെ ആൾത്തിരക്ക് കാണാമായിരുന്നു.

"ഫ്ലൈറ്റ് അല്പം വൈകിയിട്ടുണ്ട്, ന്നാലും ഓൾ എത്തും ഇപ്പോൾ. മയ്യത്തെടുക്കാൻ വൈകണ്ണ്ടവൂല."

നാട്ടുകാർ ചൂട് കട്ടൻചായയിൽ ഷാമിയാന മറവിൽ ചേർന്നിരുന്നു.

"അബ്ദുന്റെ ഓൾക്കെന്താപ്പോ, ഓളെ റംല ഇനി അങ്ങ് കൊണ്ടുപോകും. അത്രന്നെ." പെൺ കുന്നായ്മകൾ അടക്കം പറഞ്ഞു. റംല കാറിൽ വിതുമ്പലുകളടക്കി മോളെ നെഞ്ചോടുചേർത്തു. കാർ പീടികപ്പടി കടന്നപ്പോൾ ആൾക്കൂട്ടം വഴിയിൽ അവിടവിടങ്ങളിലായി തങ്ങി നിൽക്കുന്നുണ്ടായിരുന്നു. അവൾ ബാഗ് നീട്ടിവലിച്ചു മോളെ

കൈയിൽ തൂക്കി മുന്നോട്ട പടി കടന്നു. ഉപ്പയുടെ ശരീരം വറങ്ങലിച്ച വെളിപാട് തീണ്ടിയിരുന്നു. അവൾ നിർവികാരയായി ആ മുഖത്തേക്ക് നോക്കി നിന്നു. ആധിപത്യത്തിന്റെ കാർക്കശ്യം ആ മുഖത്തിനു അന്യമായിരിക്കുന്നു. തെക്കേ വളപ്പിൽ ആംബുലൻസിൽ ചാരി നിന്ന ആ മെലിഞ്ഞ ശരീരത്തെ അവൾ തളർന്നിരുന്നു കൊണ്ട് ജനാല അഴിപ്പിടികളിലൂടെ നോക്കി കണ്ടു.

സതീശൻ!!!!!!

മനസ്സിന്റെ വിങ്ങൽ വിള്ളലുകൾ പോലെ ആ വീടിന്റെ ചുവരിൽ പ്രത്യക്ഷപ്പെടാൻ ഇനിയൊരു മുഖം ബാക്കിവയ്ക്കാതെ വീട് വിറ്റ മണലാരണ്യ പറുദീസയിലേക്ക് ഉമ്മയെ കൊണ്ടുപോകുവാൻ ജമാപ്പായി. ദേവയേച്ചിടെ പൊരേലിക്ക് മീൻചട്ടി തുടച്ച മിനുക്കി നൽകിക്കൊണ്ട് ഉമ്മ യാത്ര പറയുന്നത് അവൾ നോക്കി നിന്നു. വണ്ടിയിലേക്ക് നിർവികാരനായി ബാഗുകൾ എടുത്തുവക്കുന്ന സതീശന്റെ അരികിലേക്ക് അവൾ നീങ്ങി.

"ഇങ്ങൾ ഇപ്പോളും അവിടന്യ? ഇടുക്കില്?"

സതീശൻ: *"ഏയ്, ഞാൻ ഇങ്ങനെ പലയിടത്തായി."*

റംല: *"ടീച്ചറമ്മ മരിച്ചുലെ, ഞാൻ ആ സമയം നാട്ടിലുണ്ടായില്ല."*

സതീശൻ: *"അമ്മ പോയി."* അയാൾ ഒരു നെടുവീർപ്പിൽ ആ വേർപാട് ഒതുക്കി.

റംല: *"നിക്കിപ്പോ ഉപ്പയും. ഇങ്ങക്ക് ഒരു തുണയൊക്കെ വേണ്ടേ? ഇങ്ങക്ക് കെട്ടിക്കൂടെ? ഒറ്റക്കിങ്ങനെ? വീട് പൂട്ടി ഇട്ടിരിക്കന്നു ദേവയേച്ചി പറഞ്ഞുലോ?"*

സതീശൻ: *"ആഹ്"* അവൻ അവളുടെ കണ്ണുകളിലേക്ക് ആഴത്തിൽ നോക്കി.

'പ്രണയം എന്നൊന്നുണ്ടോ? ഈ ഭൂമിമലയാളത്തിൽ? നീ വായിച്ച പുസ്തകങ്ങളിലും നീ കണ്ട കിനാവുകളിലും? ഉണ്ടാകുമായിരിക്കാം. എന്നാൽ യഥാർത്ഥത്തിൽ അങ്ങനെ ഒന്നുണ്ടോ? നിന്റെ അസ്തിത്വത്തിൽ നിന്നും നീ സഞ്ചരിച്ച പാതകളിലെവിടെയോ തങ്ങിനിന്ന ഒരു മുതൽ കൂട്ട് ബന്ധം മാത്രമല്ലെ പ്രണയത്തിന്റെ സമ്മാനങ്ങൾ? അതെവിടെയാണ് വച്ച മറന്നത്? ജീവിതത്തെ പ്രണയിക്കാൻ തീരുമാനിച്ച സ്ത്രീകൾക്കൊക്കെ ഒരു പിന്തിരിഞ്ഞോട്ടം ഉണ്ടായിട്ടുണ്ട്. ആ ഉണ്ടായവക്ക് പിന്നിൽ കുറിച്ചിടാൻ ഒരു

പേരുമുണ്ട് അതാണ് തന്റെ പ്രണയിതാവ് എന്ന് ഉൾകൊള്ളാൻ കാലം പഠിപ്പിക്കുന്നു എന്ന് മാത്രം.'

"ഇങ്ങളാ സാബിതേച്ചിനെ വിടിൻ... ഓൾ കെട്ടി കുട്ട്യോളും ആയില്ലേ? ഈ ജീവിതം എന്തനാന്ന കലക്കവെള്ളത്തിൽ മീന്പിടിക്കും പോലെ..." അവൾ തട്ടം കാറിന്റെ ചില്ലിൽ നോക്കി നെറ്റിക്ക് കീഴേക്ക് നീട്ടി.

"റംല ജീവിതത്തിന്റെ പൂർണ്ണവിരാമം നഷ്ടപ്രണയത്തിലല്ല, ബന്ധ ങ്ങളിലുമല്ല. നിസ്സംഗതയിലാണ്" അതാണ് എന്നിൽ ഇപ്പോളുള്ളത്. അമ്മ ഉണ്ടായിരുന്നെങ്കിൽ. എനിക്ക് ജീവിതം ഇപ്പോൾ വൈദ്യുതി പോലെ. നമുക്കിരുവർക്കും ഇരു ദ്രുവങ്ങളിൽ ജീവിതം അർത്ഥങ്ങൾ വ്യാഖ്യാനിച്ചു.'

ക്ഷീണിച്ച കാൽ വയ്പുകളോടെ നടന്നടുക്കുന്ന നിരാലംബയായ ആ അമ്മയുടെ മനസ്സിലേക്ക് സതീശൻ ഉറ്റു നോക്കി.

സതീശൻ: "ഇനി ശേഷിച്ചുള്ള കാലം അമ്മയും മോളും മണലാ രണ്യത്തിൽ അല്ലേ?" റംല പുഞ്ചിരിച്ചു.

"അതാണല്ലോ വിധി. ഇനിയൊരു മടക്കയാത്ര വല്ലപ്പോഴുമായിരി ക്കും. ഇവിടെ ഞങ്ങളുടേത് എന്ന് പറയാൻ ഇനി ആരുണ്ട്? കാത്തിരു ന്നു എല്ലാ കൊല്ലവും വരും എന്ന് പറയാൻ."

അവൾ ദൂരെ പാടവരമ്പത്തു നിന്നും വരുന്ന വെളിച്ചപ്പാടിന്റെ കാഴ്ചയിലേക്ക് ശ്രദ്ധ തിരിച്ചു കൊണ്ട് വിരൽ ചൂണ്ടി.

"മൂപ്പരിപ്പളും ഇവടിണ്ട് ല്ലേ?"

സതീശൻ: *"ചിലതും ചിലരും ഇവിടെ തന്നെ അവശേഷിക്കും റംല. കാണണം എന്നേ ഉള്ളൂ. നിനക്ക് നാട്ടിൽ വന്നു നിന്നു പഠിത്തം തുടർന്നു കൂടെ ഉമ്മക്ക് തുണയായി ഇവിടെ ഇരുന്നു കൊണ്ട്?"* റംല സതീശന്റെ കണ്ണുകളിൽ ആഴത്തിലുള്ള ആ സ്നേഹ ചുഴി കണ്ടു.

"അതൊന്നും നടക്കില്ല, ഇങ്ങൾ പറയുംപോലെ ഒന്നുമല്ല എന്റെ അവസ്ഥ, ശമ്പളമില്ലാതെ വീട്ടു വേലക്കാരിയെ വെറുതെ കിട്ടുമ്പോൾ അങ്ങനെ അങ്ങു നാട്ടിൽ പഠിക്കാൻ വിടോ? എല്ലാർക്കും അവനവന്റെ കാര്യല്ലേ വലുത്. ഇനിപ്പോ പഠിത്തം, ജോലി എന്നൊന്നുല്യ ഇങ്ങനെ അങ്ങു കഴിഞ്ഞു കൂടുക മക്കളേം നോക്കി. ഉമ്മ ഉണ്ടല്ലോ കൂടെ അതാണ് ഏക ആശ്വാസം."

സതീശൻ: *"നിന്റെ പരിമിതി നീ തന്നെ ആണ് നിശ്ചയിച്ചിരിക്കു ന്നത്. അതിനു ആരെയും പഴിക്കരുത്."*

റംല: *"ചിലപ്പോൾ പഴികളാണ് ജീവിതങ്ങൾ വരച്ച വക്കുന്നത്."* കാറിൽ കാത്തിരിക്കുന്ന ഉമ്മ തലനീട്ടി കൈവീശി.

"ഇനിയും വസന്തം വരും, ഋതുക്കൾ മാറി മറിയും. ഞാൻ അതാ മണലാരണ്യത്തിൽ അറിയുന്നുണ്ടാവില്ല."

"സതീശാ, ഇവിടെ നിങ്ങൾക്ക് ചുറ്റും വസന്തമുണ്ട് ഋതുക്കൾ മാറുന്നുണ്ട് നിങ്ങൾ അതിനെ ഉൾകൊള്ളുന്നുമില്ല. ഇതാണ് ജീവിതങ്ങൾ." ആ കാർ പടി കടക്കും വരെ സതീശൻ നോക്കി നിന്നു. അവന്റെ തോളിൽ തലോടലിന്റെ ഒരു മൃദു സ്പർശം.

"എനിക്ക് നിന്നെ മനസ്സിലാകും".

"ദേവിയേച്ചിയെ...?" അവൻ ദേവിയുടെ കൈ പിടിച്ച കരഞ്ഞു. പാടത്തു കുട്ടികൾ നൂലുപൊട്ടിയ പട്ടങ്ങൾ ശരിയാക്കി വീണ്ടും പറക്കാൻ അനുവദിക്കാൻ അക്ഷീണ പരിശ്രമത്തിലാണ്. മനസ്സുകൾ ജീവിതങ്ങളേയും.

• മാർച്ച് 2016

മാഞ്ഞാലി ഹൽവ

'ഈ പോസ്റ്റ് ഒന്ന് വലത്തോട്ടോ ഇടത്തോട്ടോ തിരിഞ്ഞ് നീങ്ങി നിന്നിരുന്നെങ്കിലെന്ന് വിചാരിക്കാത്ത ദിവസമില്ല. കാർ പുറകോട്ടെടുക്കുമ്പോൾ എന്നുമൊരു ശകുനം മുടക്കിയാണ് ഈ പോസ്റ്റ്. ഒരു ദിവസം മനഃപൂർവം ഇതിനെ ഇടിച്ച് ഞാൻ മറിച്ചിടും.' ദേവദർശൻ അരയ്ക്ക് കൈകുത്തി പോസ്റ്റിന്റെ മുകളിലേക്ക് നോക്കി. എന്നും ഓഫീസിലേക്ക് വൈകാൻ ഇതൊരു കാരണമാണ്. ഡ്രൈവിംഗ് പഠിച്ച് അല്പനാളുകൾ മാത്രമായ ദേവന് ഈ പോസ്റ്റിന്റെ നില്പ് ഒരു കീറാമുട്ടിയായി അങ്ങനെ അവിടെ തന്നെനിന്നു.

പോസ്റ്റിന്റെ സ്ഥാനം കാറിന്റെ മിററിലൂടെ നോക്കുമ്പോളാണ് ആ കാഴ്ച കണ്ടത്. ഇന്നും പുതിയ പോസ്റ്റർ പോസ്റ്റിൽ പതിപ്പിച്ചിട്ടുണ്ടല്ലോ. 'വീട് വാടകയ്ക്ക്, വീട്ടുജോലി, ബെഡ് സ്പേസ്' അങ്ങനെ സർവ ഇടപാടുകൾക്കും ഈ പ്രദേശത്തെ നോക്കുത്തി പോസ്റ്റ് ആണിത്. ഇന്നും അങ്ങനെ എന്തോ ആരോ പതിപ്പിച്ചുപോയിട്ടുണ്ടല്ലോ. ദേവൻ കണ്ണാടിയിലേക്ക് സൂക്ഷിച്ചു നോക്കി.

"മാഞ്ഞാലി ഹൽവ" ബന്ധപ്പെടുക മൊബൈൽ നമ്പർ.

'ഹൽവയൊക്കെ ഇപ്പോൾ ഇങ്ങനെ വിൽക്കാൻ തുടങ്ങിയോ?' തലേന്ന് ശ്രീജിത്തിന്റെ പ്രൊമോഷൻ പാർട്ടിയുടെ കള്ളുസേവക്കിടെകഴിച്ച ചുവന്ന ഹൽവയുടെ എണ്ണ അപ്പോൾ ദേവന്റെ നാവിൽ തികട്ടിവന്നു. വണ്ടി പുറത്തേക്കെടുക്കൽ പരാക്രമങ്ങൾക്കുശേഷം മാത്രം അവസാനനിമിഷം കാറിൽകേറുന്ന വരുൺ സൈഡ് സീറ്റിൽ ഇരുന്ന് ഒന്ന് അടക്കിചിരിച്ചു.

"അത് ഹൽവ വിൽക്കുന്നവരുടെ നമ്പർതന്നെ ആയിരിക്കും ദേവാ,

കാണുന്ന നമ്പറിലൊക്കെ വിളിച്ച് വയ്യാവേലി വിളിച്ചുവരുത്തുന്ന നിന്റെ ഈ ശീലം ഉണ്ടല്ലോ അത് ഇനി എന്നാണ് മാറുക? ഇതുവരെ ഉണ്ടായ പ്രശ്നങ്ങളൊന്നും പോരെ നിനക്ക്?" അവൻ സ്വരം താഴ്ത്തി പറഞ്ഞു. ദേവൻ ആ പോസ്റ്ററിന്റെ ഫോട്ടോ മൊബൈലിൽ പകർത്തികൊണ്ട് അന്നത്തെ ജോലി തിരക്കിന്റെ പരക്കം പാച്ചിലിലേക്ക് ലക്ഷ്യമിട്ട് വണ്ടി ശരവേഗത്തിൽ പായിച്ചു.

മണി പതിനൊന്നായി ഒരു ചായ കുടിക്കാൻപോലും സാവകാശം കിട്ടിയില്ല. രാവിലെ കുടിച്ച ഓട്സ്, ഈ കാർ പുറത്തെടുക്കൽ യജ്ഞത്തിൽ ആവിയായി പോകും. ബാങ്കിന് താഴെ ഒരു കഫെയുണ്ട്. തിരക്കില്ലാത്ത വലത്തേക്കോണിലെ ആ സീറ്റ് എന്നത്തേയുംപോലെ ദേവനായി അന്നും ഒഴിഞ്ഞുതന്നെ കിടന്നിരിന്നു. വെറുതെയിരുന്നാൽപോലും ചായ മുന്നിൽ എത്തിക്കുന്ന അർഷാദിനെ നോക്കി ഒന്ന് പുഞ്ചിരിച്ചുകൊണ്ട് അകത്തേക്കുള്ള കണ്ണാടി വാതിൽ തുറന്നുകേറി ആ സ്ഥാനംതന്നെപിടിച്ചു. വീട്ടിലെ വർക്ക് ഏരിയ പണിയുന്നതിന്റെ ഫോട്ടോ അമ്മ വാട്സാപ്പിൽ അയച്ചത് ഇതുവരെ നോക്കിയില്ലല്ലോ എന്നോർത്ത് അതിൽ വിരൽ ചലിപ്പിച്ചപ്പോൾ അറിയാതെ ഗാലറിയിൽനിന്ന് കണ്ണിൽ പെട്ടതാണ് ആ ഫോട്ടോ.

'മാഞ്ഞാലി ഹൽവ' ഒന്ന് വിളിച്ചുനോക്കിയാലോ? എന്തായിരിക്കും അതിന്റെ രുചി? ഭരണങ്ങാനത്തുനിന്നും പണി എടുക്കാൻ കൊച്ചിക്ക് വന്നപ്പോൾ അമ്മ കൈപിടിച്ച് ആകെ പറഞ്ഞ വാക്കാണ് എന്ത് ചെയ്യുമ്പോളും ഉള്ളിൽ.

"മക്കൾ ഒരു വയ്യാവേലിയിലും പോയി ചാടരുത്. വലിയ കളികളുള്ള നാടാ സൂക്ഷിച്ചൊക്കെ വേണം എന്തും ചെയ്യാൻ" കഴുത്തിലെ കൊന്ത ഒന്നുകൂടെ ശരിയാക്കി ഇട്ടിട്ട് പുരപണിയുടെ ഫോട്ടോയിലേക്ക് വീണ്ടും കൂപ്പുകുത്തി.

"ഒന്നും കണ്ടിട്ടില്ല കേട്ടിട്ടില്ല" ദേവൻ സ്വയം പറഞ്ഞ് ചായ ചുണ്ടോടുചേർത്തു.

'ഉറക്കം വരാതെ തിരിഞ്ഞും മറിഞ്ഞും കിടന്ന് നേരം കൊല്ലാൻ മാത്രം ഇതൊരു വിഷയമാണോ? വല്ലോരും അറിഞ്ഞാൽ മാനസികരോഗമാണോ എന്ന് ചോദിക്കില്ലേ? ആ നമ്പറിലേക്ക് അങ്ങ് വിളിച്ചാൽ പോരേ? ഇതിലൊക്കെ എന്തിരിക്കുന്നു? അതെ... അത്ര തന്നെ. രാവിലെ ഓഫീസിൽനിന്നും വിളിക്കാം.'

'രാവുറങ്ങാത്ത നഗരത്തിന്റെ സംഗീതങ്ങളിൽ ലയിച്ച് കാറിൽ ഒരു ഹിന്ദുസ്ഥാനി സംഗീതത്തിന്റെ അകമ്പടിയിൽ ശിശിരയോ

ടൊപ്പം ഒരു യാത്ര. അതൊക്കെ മുൻപ് ഉറക്കമില്ലാത്ത രാത്രികളുടെ പതിവായിരുന്നു. ഇന്നിപ്പോൾ കുടുംബസ്ഥനായി, തൊഴിലാളിയായി. എല്ലാം ഓർമകളുമായി.' കണ്ണുകൾക്ക് കനംവെച്ചു, ഇരുൾ വീണത് പിന്നീടറിഞ്ഞില്ല.

"ഹലോ"

"ഹലോ"

"ഈ മാഞ്ഞാലി ഹൽവ എന്താ വില?"

"280 രൂപ കിലോക്ക്"

"എവിടെയാണ് വരേണ്ടത് വാങ്ങാൻ?"

അപ്പുറത്തെ പെൺ ശബ്ദം ഒന്ന് നിർത്തികൊണ്ട് പറഞ്ഞു.

"ഹോം ഡെലിവറി ആണ് സർ"

പിന്നണിയിൽ മെഹദി ഹസ്സൻ ശ്രുതി മധുരമായി മീട്ടുന്ന തന്ത്രികളിൽ അറിയാതെ ചെവിയുടക്കി. ഒരു കുഞ്ഞുകരച്ചിൽ ഒപ്പത്തിനൊപ്പം കരച്ചിൽ താളം പിടിക്കുന്നുണ്ട്. ഇവയൊക്കെ കടന്നുപോകെ ജനാലയുടെ വായുസഞ്ചാര വിടവിൽനിന്നാവണം വാഹനങ്ങളുടെ ഹോണുകളുടെ കാർ കശ്യങ്ങളും ഒഴുകി എത്തി.

"ശരി, ആവശ്യമുള്ളപ്പോൾ വിളിക്കാം." എന്ന പതിവ് ഒഴിവാക്കൽ പല്ലവിയിലൂടെ സമാധാനം കണ്ടെത്തി കാൾ കട്ട് ചെയ്തപ്പോൾ ദേവന് ഒരു മഴ പെയ്തൊഴിഞ്ഞ സുഖം. ഹൽവയിൽ ഒളിഞ്ഞിരിക്കുന്ന നിഗൂഢത മറ്റുള്ളവരുടെ ദൃഷ്ടിയിലെ കരട് മാത്രമാണ് എന്നുറപ്പിക്കാനായപ്പോൾ കപടസദാചാരത്തിന് കിട്ടിയ ഒറ്റമൂലി കണക്കെ ആ കാൾ അവിടെ കല്ലിച്ചുകിടന്നു.

എട്ടു പെഗ്ഗിന്റെ ഊറ്റം കഴിഞ്ഞപ്പോൾ കാലിയായ കുട്ടകവറുകളെ നോക്കി കളിയാക്കി ചിരിച്ച് ജോയ് തിരിഞ്ഞിരുന്നപ്പോൾ പിണക്കം മാറ്റാൻ എന്നവണ്ണം ഒരു കസർത്തു കാണിച്ചത.

"എടാ ജോയെ, ഈ മഞ്ഞാലി ഹൽവ ഉണ്ടല്ലോ ഇവന്റെ ഒപ്പം അവന്റെ കൂട്ട് അതൊരു പ്രത്യേക സുഖമാ."

"അതേത് സുഖം എന്നാ ഒന്നറിയണമല്ലോ" എന്നവൻ കുത്തിനു പിടിച്ചപ്പോൾ നിന്നനിൽപ്പിൽ ഒരു വിളി.

"ഹലോ, ഹൽവ കിട്ടുമോ? ഇപ്പോൾ അഡ്രസ്സ് അയക്കാം. ഒരു കിലോ?"

"ഇതാരാ? എവിടന്നാ?"

"ഞാൻ ദേവൻ, മുൻപ് വിളിച്ചിട്ടുണ്ട്. തരുമോ ഇല്ലയോ?"

"രാത്രി ഡെലിവറി ഇല്ല സാറെ" എന്ന ഒറ്റ മറുപടിക്കായി ചെവി കൂർപ്പിച്ചുപിടിച്ച ജോയ്സ് കതിനപൊട്ടിയ കെറുവ് വന്നു.

"അരമണിക്കൂർ ആകും സാർ കുഴപ്പം ഉണ്ടോ?"

"ഇല്ല. തന്നോ."

ഫോൺ സോഫയിലേക്ക് വലിച്ചെറിഞ്ഞ് നാവ് നനക്കാൻ ഗ്ലാസ് എടുത്തശേഷം ഒന്ന് കുളിമുറിവരെ നടന്നതാ. കാൽവഴുതി അതാ കിടക്കുന്നു. കാലിന്റെ പടം ഒന്ന് തെന്നി. കെട്ടുമായി കിടന്നത് രണ്ടാഴ്ച, ആ രണ്ടാഴ്ചക്ക് ശേഷമാണ് വാങ്ങാൻ ഓർഡർ ചെയ്ത ഹൽവയുടെ കാര്യം ഓർമവന്നത്. ഒന്ന് വിളിച്ച് സോറി പറയാൻ ഫോൺ എടുത്തപ്പോൾ ദുരഭിമാനം താനെ കൈ പിൻവലിപ്പിച്ചു.

"എടാ സെബാസ്റ്റ്യാ, ഞാൻ പറയുന്നത് നിനക്ക് മനസ്സിലാകുന്നുണ്ടോ? രണ്ടു ദിവസമായി ഞാൻ ഇത് അനുഭവിക്കുന്നു. എനിക്കിത് വയ്യ അതാണ്. എനിക്കിത് മറ്റാരോടും പറയാനും ഇല്ല. അതാ..."

സ്വരം താഴ്ന്നു പറക്കുംമുൻപേ പെയ്തുതീർത്ത വാക്കുകളിൽ നീറ്റലിന്റെ നോവുണ്ടായിരുന്നു.

"ഞാൻ ഒന്ന് ആലോചിക്കട്ടെ."

സെബാസ്റ്റ്യൻ ജെ എം, പണ്ട് ചങ്ങനാശ്ശേരി യു സി കോളേജിൽ പഠിക്കുമ്പോൾ 'വലിയ കാരണവർ' എന്ന വിളിപ്പേരായിരുന്നു ഞങ്ങൾ അവന് നൽകിയിരുന്നത്. ഞങ്ങളുടെ എല്ലാം മേലധികാരി, ലോക്കൽ ഗാർഡിയൻ, ഉപദേശി അങ്ങനെ എല്ലാം ആ ഒറ്റ പേരിന് അവകാശപ്പെട്ടതാണ്.

'സെബാസ്റ്റ്യൻ ജോൺ മേലേതിൽ ആദ്യം അച്ചൻ പട്ടത്തിന് പഠിക്കാൻപോയി അവിടന്ന് ഒളിച്ചോടി അങ്ങ് ഇസ്താംബുള്ളിലേക്ക് എങ്ങാണ്ടോപോയി' എന്നാണ് യു സി കോളേജ് അലുമിനിക്കാരുടെ പക്ഷം. അതുംകേട്ട് വിസ്മൃതിയിൽ ആണ്ടുപോയ അവനെ എന്തിനാണ് മട്ടാഞ്ചേരിയിലെ പഴയ ഉരുപ്പടികൾ വിൽക്കുന്ന കടയുടെ മുകളിലെ സ്റ്റോർ റൂമിൽതേടി പോയത് എന്ന് ചോദിച്ചാൽ അതിന് ഒരു കാരണം ഈ വിളിയാണ്.

“സെബാസ്റ്റ്യാ അവസാനത്തെ കച്ചി തുരുമ്പാണ് നീ, ഒന്നിരുത്തി ചിന്തിച്ച വല്ല വഴിയും പറഞ്ഞു താടാ.”

തന്റെ മുന്നിൽ നിരത്തി വച്ചിരിക്കുന്ന കറുത്ത കട്ടങ്ങളുള്ള ചെസ്സ് ബോർഡ് പോലത്തെ മറ്റെന്തോ ഒന്നിലേക്ക് ഉറ്റു നോക്കികൊണ്ട് അവൻ പറഞ്ഞു.

“കാരണം മറവിൽ ആകണം.”

ഒന്നുമറിയാതെ ഏതോ പൊളിച്ച പള്ളിയുടെ അവശേഷിപ്പായ വെളുത്ത തുണിയാൽ പുതപ്പിച്ച് കട്ടിലിൽ കിടത്തിയ യേശുവിനെ കണ്ണിമവെട്ടാതെ നോക്കി ഞാൻ ഇരുന്നു.

സെബാസ്റ്റ്യൻ ഒരു കൈപിടി കറുത്തമണ്ണുനിറച്ച കിഴി ക്രടത്തി ലേക്കുവെച്ച് ജ്യോതിഷിയെപോലെ അതിൽ കൈകൊണ്ട് മിനുസമായി തടവി.

“പ്രശ്നം പലതാണ് സെബാസ്റ്റ്യാ,” ദേവൻ വെപ്രാളത്തിൽ അവന്റെ കൈയിൽ പിടിച്ചുകൊണ്ട് തുടർന്നു.

“ഇവിടെ ജോലിക്കുചേർന്നമുതൽ എനിക്ക് അറിയുന്ന കാര്യമാണ് മാനേജരും ചീഫ് അക്കൗണ്ടന്റ് ലിന്റയും സാമ്പത്തിക തിരിമറികൾ നടത്തുന്നുണ്ട് എന്നത്. അതിൽ പലതിലും ഞാൻ ഒപ്പിട്ടുകൊടുത്തിട്ടുമുണ്ട്. കാരണം ഇതൊന്നും ഒരിക്കലും പുറത്ത് അറിയാൻ പോകുന്നില്ല. മുൻപ് ചെയ്തവരുടെ ഒന്നും അറിഞ്ഞിട്ടുമില്ല. എല്ലാ പ്രൈവറ്റ് ബാങ്കുകാരും ഉള്ളിന്റെ ഉള്ളിൽ ചെയ്യുന്നതൊക്കെ തന്നെയാണ്. ആർക്കും ചേതമില്ലാത്ത ഒരു ഉള്ളൊഴുക്ക് ഡെപ്പോസിറ്റർമാർ അറിയാതെ ചെയ്യുന്ന അത്രതന്നെ. ഒരു സി എ എഴുതി എടുക്കാൻ പെടാപ്പാടുപെട്ട് പണിക്കുവേണ്ടി അലഞ്ഞ് കൊല്ലം നാലാണ് കളഞ്ഞത്. ഒക്കെക്കൂടെ വയസ്സ് മുപ്പത്തിരണ്ട് കഴിഞ്ഞു ഈ ബാങ്ക് പണിക്ക് എത്തിച്ചേരാൻ തന്നെ. പിന്നെ ഇവിടുന്നു പഠിച്ച പാഠങ്ങൾ എങ്ങനെ നിലനിൽക്കാം എന്നത് മാത്രമാണ്. ടാർഗറ്റും വർക്ക് പ്രഷറും ഒക്കെ കൊണ്ട് നട്ടം തിരിയുന്ന ബാങ്ക് മാനേജർമാരുടെ ഒത്താശചെയ്തു, കണ്ടില്ല കേട്ടില്ലന്നു പറഞ്ഞു നിന്നുപോയാൽ മാസ ശമ്പളം എങ്കിലും എഴുതി എടുക്കാം.”

സെബാസ്റ്റ്യൻ മൂളികേൾക്കുന്നത് നിർത്തി ആ പേര് ഉച്ചരിച്ചു.

“ലിന്റ”

“അതെ, അവൾതന്നെ. അവളുടെ ഭർത്താവ് ഷെയർ മാർക്കറ്റിൽ പണം നിക്ഷേപിച്ചു കളിച്ചപ്പോൾ പോയത് മൂന്ന് ജീവിതത്തിന്റെ നില

നില്പാണ്."

"എന്റെ ഫോൺ...!" ദേവൻ ഇരു കൈകളാലും തല താങ്ങി പിടിച്ച് പേരറിയാത്ത ഒരു കഥപോലെ പിറുപിറുത്തു.

"മൊത്തം കടമെത്ര?" സെബാസ്റ്റ്യൻ എട്ടു കവിൾ വെള്ളം എണ്ണി കുടിച്ചുകൊണ്ട് ചോദിച്ചു. എണ്ണമറ്റ എലികൾ ആ നേരം പല ഉരു പ്പടികളിൽനിന്നും വെളിപ്പെട്ടുകൊണ്ട് ചുവന്ന കണ്ണുകളാൽ ദേവനെ നോക്കി.

"ഒരു കോടി പന്ത്രണ്ട് ലക്ഷം!"

സെബാസ്റ്റ്യൻ ഒരു നീണ്ട നെടുവീർപ്പിന് ശേഷം ആരോടെ ന്നില്ലാതെ അവിടം മുഴങ്ങും വണ്ണം ആജ്ഞാപിച്ചു.

"ചേരേണ്ടത് വന്നു ചേരും, പൊയ്ക്കോളൂ"

"എടാ സെബാസ്റ്റ്യാ ഞാൻ എന്താ ചെയ്യാ? ആ പെണ്ണ് എന്റെ ഫോൺവെച്ച് കളിച്ചാൽ എനിക്ക് ആത്മഹത്യ അല്ലാതെ വേറെ നിവർത്തി ഇല്ല. അവൾ ചെയ്ത ഈ തിരിമറി ഞാൻ ലോകത്തോരാ ളോടും മിണ്ടില്ല എന്നും തീർക്കാനുള്ള സാവകാശം ഉണ്ട് എന്ന് പറഞ്ഞി ട്ടും അവളെന്റെ ഫോൺ വാങ്ങിവെച്ചു. ഫോട്ടോകൾ, വീഡിയോകൾ, സോഷ്യൽ മീഡിയ, എനിക്കിനി ജീവിക്കണ്ട സെബാസ്റ്റ്യാ... എന്തെങ്കി ലും ഒന്ന് പറ. പോലീസിൽപോയാ എല്ലാം കുഴയും. മാറി നിന്ന അവൾ എന്നെ കൊല്ലും. മാനേജർ വേറെ ചുഴിയിലാണ്. അയാളെ ഞാൻ വിളിച്ചു എന്നറിഞ്ഞാൽ ഞാൻ അവർക്കെതിരെ ഗൂഢാലോചന ചെയ്യുന്നു എന്നാവും. രണ്ട് ദിവസമായി ഓഫീസിൽ പോകുമ്പോൾ ശ്വാസമടക്കി യാണ് ക്യാബിനിൽ ഇരിക്കുന്നത്. കസ്റ്റമറോട് സംസാരിക്കുമ്പോൾ മുട്ടു വിറയ്ക്കുന്നു. പണം ഒന്നും രണ്ടുമല്ല കോടിയാണ്. സാമ്പത്തിക തിരിമറി, ബാങ്ക് അട്ടിമറി ശ്രമം, കൃത്യവിലോപം ഒക്കെക്കൂടെ എന്റെ തലയിൽ കേറി ചവിട്ടു നാടകം കളിക്കുന്നുണ്ട്. നീ എന്തെങ്കിലും ഒന്ന് പറയോ?"

സെബാസ്റ്റ്യൻ ഫോണെടുത്ത് എന്തെല്ലാമൊക്കെയോ കുറി ച്ചിട്ടു. എന്നിട്ടത് ചായ ഗ്ലാസിന് മുകളിൽ കുറുകെവെച്ചിട്ട് നിസ്സംഗ മായി ദേവനെ നോക്കി.

"ദേവ, ഒരു കാര്യം പറയട്ടെ, നീ നാട് വിട്ടു. കാരണം പ്രേമ നൈരാശ്യം."

"ത്ഫൂ..." ദേവൻ ഈർഷ്യയോടെ തുപ്പി.

"നീ കൊച്ചിയിൽ ജോലിക്ക് വന്നിട്ട് എത്ര നാളായി?"

"4 കൊല്ലം."

"നീ ലിവിങ് ടുഗതറിലായിരുന്നു. കലൂരിൽ ഒരു ഫ്ലാറ്റിൽ താമസിച്ചു."

എന്നിട്ട്?

"അവൾ നിന്നെ വേണ്ടെന്ന് പറഞ്ഞു. ബന്ധം ഒഴിവാക്കി. നീ ജീവിതം വെറുത്ത് പണിം കളഞ്ഞ് കൊച്ചിയും വിട്ട് പേരറിയാത്ത ഏതോ നാട്ടിലേക്ക് പോയി. ഇനി നിനക്ക് ഇതൊന്നും വെണ്ട."

"നീ കാര്യം തെളിച്ച് പറ സെബാസ്റ്റ്യാ, ഇതുംഅതും തമ്മിൽ എന്താ?"

"നിന്റെ വീട്ടിലും നാട്ടിലും ലിന്റക്കും ഇനി അറിയാൻ പോകുന്നത് നീ നാട് വിട്ടുവെന്നാണ്."

"അവളെന്റെ ഫോണിലുള്ള സകലരുടെയും ജീവിതം നശിപ്പിക്കും... എന്റെയും..."

"അതിന് നീ ഇല്ലല്ലോ..."

"ഇല്ലെന്നു പറഞ്ഞ...?"

"ഈ ഭൂമിയിലെവിടേം ഇല്ല...!"

"പിന്നെ ഞാൻ എവിടെ പോകാനാണ്?"

സെബാസ്റ്റ്യൻ മുന്നിലെ ബോർഡിൽ രണ്ടു കുഴികളിലായി രണ്ടു ചുവന്ന ഗോട്ടികൾവെച്ചു. ഒന്ന് വെയ്ക്കുമ്പോൾ ഇങ്ങനെ പറഞ്ഞു.

"നീ ഇപ്പോളുള്ള ജീവിതം ഇവിടെ ഉപേക്ഷിച്ച ഇതൊക്കെ ഇവിടെ വിട്ട് സമാധാനം തേടി പോകാൻ തയ്യാറാണോ?"

പുറകെ രണ്ടാം ഗോട്ടി കൈവെള്ളയിൽ ഉരുട്ടി മറ്റൊരു ചോദ്യം ഉരുണ്ടു.

"നിനക്ക് ഉത്തരം വേണോ? നന്നായി ആലോചിച്ചോ വീട്ടിൽ പോയി. ആലോചിച്ചിട്ട് നാളെ നാലുമണിക്ക് ബോട്ട് ജെട്ടിക്ക് മുന്നിലെ കടല വില്പനക്കാരന്റെ അടുത്ത് വന്നാ മതി."

ഒരു ഉത്തരവും കിട്ടാതെയുള്ള ഈ മടക്കം നിരാശപ്പെടുത്തിയെങ്കിലും സിൽവർ സ്പൂണിൽനിന്നും ഒരു പൊതി ബിരിയാണിയും വാങ്ങി മെട്രോ കേറിയപ്പോൾ ഉള്ളിൽ ഒരു ആന്തൽ അടങ്ങിയ പോലെ. സ്വിച്ച് ഓഫ് ചെയ്ത പുതിയ സിം ചേർത്ത ഫോൺ ഓൺ ചെയ്തപ്പോൾ റൂമിൽനിന്നും പല വിളികൾ നിരന്നു ചത്തുമലച്ച് കിട

ക്കുന്നു. എവിടേക്ക് പോകുന്നുവെന്ന് ട്രാക്ക് ചെയ്യാൻ ആയിരിക്കുമോ ഈ സിമ്മും ഫോണും അവൾ തന്നിരിക്കുക എന്നോർത്തപ്പോളാണ് സെബാസ്റ്റ്യനെ കാണാൻ പോകുമ്പോൾ ഈ ഫോൺ കൊണ്ടു പോകാൻ ഒന്ന് ആലോചിച്ചത്. ബാഗ് ലൂല്യുവിന്റെ ലഗേജ് സൂക്ഷിപ്പിൽവെച്ച് മട്ടാഞ്ചേരിക്ക് പോയപ്പോൾ ഉള്ളിൽ എന്തോ നിഗൂഢമായ സ്വകാര്യതയ്ക്ക് ആശ്വാസം തോന്നി.

നാലുമണിക്ക് മൂന്നുമിനുട്ട് ബാക്കി നിൽക്കെ ബോട്ട് ജെട്ടി സ്റ്റാൻഡിന്റെ വെയ്റ്റിംഗ് ഷെഡിൽനിന്നും കപ്പലണ്ടി വിൽപ്പനക്കാരനെ ഉറ്റുനോക്കി നിൽക്കുന്ന ദേവനെ തോളിൽതട്ടി ഒരു മെലിഞ്ഞ ശരീരം പുഞ്ചിരിച്ചു.

"ഹായ്, പെപ്പി." അയാൾ ഹസ്തദാനത്തിനായി നീട്ടിയ കൈയിലേക്ക് തന്നെ ഒരു നിമിഷം പകച്ചുനോക്കിനിന്ന ദേവനെ അയാൾ പുഞ്ചിരിയോടെ നോക്കി. ദേവൻ കൈ നൽകി പുഞ്ചിരിക്കാൻ ശ്രമിച്ചു.

"സെബാസ്റ്റ്യൻ പറഞ്ഞത് ഓക്കെ അല്ലേ?"

വിറയ്ക്കുന്ന അക്ഷരങ്ങളെ കോർത്തിണക്കി ദേവൻ മറുപടി പറഞ്ഞു.

"അതെ"

"എങ്കിൽ ഈ നമ്പറിലേക്ക് വിളിച്ചോ ഇന്ന് തന്നെ." ഒരു നമ്പർ എഴുതിയ ഫോർട്ട് കൊച്ചിയിലേക്കുള്ള ബോട്ട് ടിക്കറ്റ് പെപ്പി ദേവന് നേരെ നീട്ടിപിടിച്ചു. മറ്റൊന്നിലേക്കും യാത്ര തിരിക്കാനാകാത്ത ജീവിതത്തിലേക്കുള്ള ആ ടിക്കറ്റ് ദേവൻ നന്ദിയോടെ വാങ്ങി പോക്കറ്റിൽ ഇട്ടുകൊണ്ട് പെപ്പിക്ക് മുഖം നൽകാതെ തിരിഞ്ഞുനടന്നു.

"പെപ്പി..." ആ പേര് ഉള്ളിൽ കൊരുത്ത ഒരു കൊളുത്താണ്.

അന്നത്തെ കള്ള് സഭയിൽ 'വാ വാ മനോരഞ്ജിനി...' എന്നത്തേയുംപോലെ അവസാന റൗണ്ടും പാടി ഷിന്റോ തൊട്ടുകൂട്ട് അന്വേഷിച്ചപ്പോൾ അമർഷത്തോടെ അവനെ നോക്കി ദേവൻ അലറി.

"നിനക്കൊക്കെ തീറ്റി വാങ്ങലല്ല എനിക്ക് തൊരം, വേണേൽ വല്ല മാഞ്ഞാലി ഹൽവയും വാങ്ങി തിന്നടാ"

"ചൂടാവല്ലേട... നീ പോയി കിടന്നോ..." എന്ന് സമാധാനിപ്പിച്ച്

ഷിന്റോ ദേവനെ കട്ടിലിലേക്ക് ചായ്ച്ചപ്പോൾ ചിന്തകളുടെ പെരുമീൻ ചാട്ടം തലയിൽ തെളിഞ്ഞു.

'ആ നമ്പർ! അത് എടുത്ത പുതിയ സിമ്മിൽ സേവ് ചെയ്യണം. ഇങ്ങനെ ഒരു ഫോണും സിമ്മും ഉണ്ടെന്ന് ആരും അറിയരുത്.'

ആ ടിക്കറ്റ് ചുവരിലെ കൊളുത്തിൽ തൂക്കിയിട്ട പാന്റിന്റെ പോക്കെറ്റിൽനിന്നും കീറാതെ വലിച്ചെടുത്ത് ദേവൻ അക്കങ്ങളിലേക്ക് നോക്കി.

'384-ൽ അവസാനിക്കുന്ന നമ്പർ. ഇത് മുൻപ് എപ്പോളോ... പരിചയമുള്ള ആരോ...'

ഷിന്റോ അവനെ ആ ചിന്തയിൽനിന്നും തട്ടി ഉണർത്തി വീണ്ടും കുഴഞ്ഞ നാവിന്റെ വഴക്കത്തിൽ പറഞ്ഞു,

"എടാ ആ ഹൽവക്കാരുടെ നമ്പർ പറ, വരുത്തിക്കട്ടെ.. പോട്ട് പുല്ല് ഹൽവ എങ്കിൽ ഹൽവ.."

"നീയെന്നെ ഉറങ്ങാൻ വിട് ഷിന്റോ, അതെന്റേലില്ല ഇപ്പൊ. അതാ പോസ്റ്റിൽ എങ്ങാനും കാണും പോയിഎടുത്തോ."

ഷിന്റോ നിരാശയോടെ കട്ടിലിനു താഴെ ചടഞ്ഞിരുന്നു. ദേവൻ പുറംതിരിഞ്ഞുകിടന്നു.

വളരെ നാളായി കാർ സ്റ്റാർട്ട് ചെയ്തിട്ട്. ഇതു നാട്ടിലേക്ക് കൊടുത്തുവിടാം. പാലാരിവട്ടം കൊണ്ടുകൊടുത്താൽ ഷെല്ലീടെ വീട്ടിൽ കാർ ഷെഡ് ഉണ്ട് അവിടെ വയ്ക്കാം. പിന്നെ അവൾ സമയംപോലെ നാട്ടിൽ പോകുമ്പോൾ വീട്ടിൽ കൊടുത്തോട്ടെ.

റിവേഴ്സ് ഗിയറിലേക്ക് കൈ ചേർത്തുവച്ച് കണ്ണാടി ഒന്ന് ചരിച്ചുപിടിച്ച് പുറകോട്ട് വണ്ടി വളയ്ക്കാൻ നോക്കിയപ്പോൾ ആ പോസ്റ്റിന്റെ നിൽപ്പ് ഇന്നൊരു വിലങ്ങുതടിയായി ദേവന് തോന്നിയില്ല. അവനാ കണ്ണാടി ഒന്നുകൂടെ തുടച്ച് സ്റ്റിയറിങ്ങിൽ കൈവെച്ച് വണ്ടി ചലിപ്പിച്ചു. ആ പോസ്റ്റർ അവന്റെ കണ്ണിലുടക്കി.

'മഞ്ഞാലി ഹൽവ' അവസാന നമ്പർ 384

അവന്റെ കൈ അറിയാതെ ഗിയറിൽനിന്നും തെന്നി മാറി. വണ്ടി നിർത്തിയിടത്തുവെച്ചുതന്നെ ദേവൻ പുറത്തിറങ്ങി വീടിനകത്തേക്ക് കയറുമ്പോൾ ഒന്നുകൂടി ആ പോസ്റ്ററിലേക്ക് നോക്കി.

നീണ്ട പതിനാറ് വർഷങ്ങൾക്കുശേഷം എത്യോപ്പയിലേക്ക്

പോകുന്ന വിമാനത്തിനായി കാത്തിരിക്കേ ഫ്രാൻസിസ് ബെനഡിക്ട് ഒരു വെള്ളകുപ്പിയുമായി വാഷ്റൂമിനരികിലേക്ക് നീങ്ങേ ഒരു അനൗൺസ്മെന്റ് കേൾക്കുന്നു.

"A245324 വിമാനത്തിൽ യാത്ര ചെയ്യുന്ന ദേവദർശനുള്ള അവസാന വിളിയാണിത്. ഇവിടെ ഉണ്ടെങ്കിൽ എത്രയും പെട്ടന്ന് എത്തിച്ചേരുക."

ഫ്രാൻസിസ് ടിഷ്യൂ പേപ്പർ കൊണ്ട് മുഖം തുടച്ച് സ്വയം ഒന്ന് കണ്ണാടിക്ക് മുന്നിൽ നിവർന്നുനിന്നു. സഞ്ചരിക്കുന്ന ജീവിതം!

'ദേവദർശൻ 34 വയസ്സ് കാണ്മാനില്ല..!'

പത്തുവർഷത്തെ നീണ്ട അന്വേഷണത്തിന് ശേഷവും ഒരു നിഗമനത്തിലും എത്താൻ സാധിക്കാത്തതിനാൽ തൽ കക്ഷി മരണപ്പെട്ടതായോ അഥവാ കണ്ടെത്താൻ ആകാത്ത വിധം നഷ്ടപ്പെട്ടതായോ കണക്കാക്കുന്നു. അതിനാൽ തുടർന്നുള്ള അന്വേഷണം കുടുംബ ഭാഗത്തുനിന്നും എഴുതി തള്ളുന്നു. വ്യക്തി ക്രിമിനൽ കേസിലോ, മറ്റു അപകടകാരിയോ അല്ലാത്തതിനാൽ വർഷങ്ങൾക്ക് ശേഷമാണെങ്കിലും തിരിച്ചു വരും എന്ന നിഗമനത്തിൽ അധികാര സമൂഹം നിശബ്ദത പാലിക്കുന്നു. ബാങ്ക് പ്രവർത്തിച്ചുകൊണ്ടേ ഇരിക്കുന്നു.

ദേവൻ ഇത്തവണ വിളിച്ചപ്പോൾ അവര് ഹൽവയെ പറ്റി ഒന്നും സംസാരിച്ചില്ല. അവൻ ചോദിച്ചുമില്ല. ആധാർ കാർഡും ഒരു ഫോട്ടോയുമായി സരിതയുടെ അപ്പുറം ബിവറേജസ് ക്യൂവിൽ നില്ക്കു എന്ന് മാത്രമാണ് പറഞ്ഞത്. പിറ്റേന്ന് മുതൽ പതിനാറ് കൊല്ലം!

"ഹലോ"

"മഞ്ഞാലി ഹൽവയ്ക്ക് എന്താ വില???!!!"

• സെപ്തംബർ 2025

വേണുവിസം

"സർ, വേണുവേട്ടന്റെ മാനസികനിലയിലെ പൊരുത്തമില്ലായ്മകൾ ഇനിയും ശരിയായിട്ടില്ല, ഇന്നലെ ഒരു കൗൺസിലർ സിറ്റിംഗ് കൂടി കൊടുത്തിട്ടുണ്ട്. ഇതൊന്ന് ശരിയായിട്ട് അടുത്ത മാസം ആദ്യവാരം തന്നെ ഞാൻ ജോലിയിൽ പ്രവേശിക്കാൻ ശ്രമിക്കാം. സാറിന്റെ ബുദ്ധി മുട്ടുകളും എനിക്ക് മനസ്സിലാക്കാനാകും. അവിടെ ജോലികൾ നീങ്ങണ്ടേ അല്ലെ...?"

ഒരു അഭിപ്രായ സമന്വയത്തിൽ എത്തി ഫോൺ കട്ട് ചെയ്യു മ്പോൾ ഭദ്ര മുന്നിലെ കുക്കർ അതിസമ്മർദ്ധത്തോടെ മഞ്ഞച്ച പതകൾ തുപ്പുന്നത് നിർവികാരയായി നോക്കിനിന്നു. ഏകാന്തത യുടെ ഒരു ശോക വൃത്തം അവൾക്ക് ചുറ്റും അറിയാതെ പടരുന്നത് ജീവിതം നോക്കിനിന്നപോലെ.

അന്ന് ഞായറാഴ്ച വൈകി എഴുന്നേൽക്കൽ പതിവോടെ വേണു വേട്ടൻ അടുക്കളയിൽ കാപ്പിഗ്ലാസും മൊബൈലുമായി ഫ്രിഡ്ജും ചാരി നിൽക്കുമ്പോൾ പതുക്കെ വിഷയമവതരിപ്പിക്കാനുള്ള ആവേ ശത്തിൽ ഞാൻ ഒന്ന് പറഞ്ഞുനോക്കിയതാണ്.

"വേണുവേട്ടാ, ശാന്തചേച്ചിടെ മോൾടെ കല്യാണം അടുത്ത വ്യാഴാ ചയാണ്. ഒരു സാരീ...."

എന്നത്തേയുംപോലെ മൊബൈലിൽനിന്നും തലയുയർത്തി 'ഇനിയുമൊ?' എന്ന ഭാവേന നോക്കുമെന്നാണ് കരുതിയതെങ്കിലും ഒന്നും മിണ്ടാതെ നടന്നകന്ന് ഉറങ്ങിക്കിടന്ന മനോജിനെയും ശരണ്യ യെയും വിളിച്ചെഴുന്നേൽപ്പിച്ചു. 'എണീക്കെടാ മക്കളെ ഇന്ന് നമ്മൾ ക്കൊരു ടെക്സ്റ്റൈൽ സന്ദർശന ചടങ്ങുണ്ട്" എന്ന് പറഞ്ഞപ്പോൾ ഉള്ളിൽ ഒരു പിടി കടുക് എണ്ണയിൽ തുള്ളി തെറിച്ചു.

"ശക്തിവേൽ ബസ് പോയാൽ പിന്നെ ടൗണിലേക്ക് അടുത്ത ബസ് ഉച്ചക്ക് പന്ത്രണ്ടരക്കെ ഉള്ളൂ. വേഗം ഒരുങ്ങണം" ഞാൻ മക്കളെ ധൃതി പ്പെടുത്താൻ മറന്നില്ല. വേണുവേട്ടൻ വാരാന്ത്യ പതിപ്പ് തുറന്നാൽ ഇന്നത്തെ യാത്ര പതിനെട്ടാം കണ്ടത്തിൽവെച്ച തെങ്ങുപോലെ യാകും എന്ന് ഉറപ്പുള്ളതുകൊണ്ട് അത് പത്രത്തിൽനിന്നും പതുക്കെ അടർത്തി മാറ്റി കട്ടിലിനു കീഴേ വിശ്രമിപ്പിച്ചു.

മഴ പെയ്തുതോർന്ന ഒഴിവിൽ വിജയ വസ്ത്രാലയയിൽ കയറി ചെല്ലുമ്പോൾ ആളൊഴിഞ്ഞ മൈതാനം കണക്കെ അവിടവിടങ്ങ ളിൽ സെയിൽസ് ഗേളുകൾ അടക്കം പറഞ്ഞ് വിശ്രമിക്കുകയാണ്. വേണുവേട്ടൻ നേരത്തെ തന്നെ സ്ത്രീകളോട് ഒപ്പംവരുന്ന പുരുഷ ജനങ്ങളുടെ സ്ഥിരം ഇടമായ വിശ്രമ കസേരകളിൽ ഒന്നിൽ ഇടം പിടിച്ച് നിങ്ങൾ പൊയ്ക്കോളൂ എന്ന് ആംഗ്യം കാട്ടി.

മണിക്കൂർ ഒന്ന് കഴിഞ്ഞില്ല മുന്നിൽ നിവർന്ന വർണ പട്ടു കുമ്പാ രത്തിൽനിന്നും ഏതെടുക്കണം എന്ന് ചിന്തിച്ചിരിക്കുമ്പോഴാണ് വേണുവേട്ടന്റെ മൊബൈലിലുള്ള വിളി.

"ഭദ്രേ, വേഗം അവസാനിപ്പിച്ചു ഒന്നിറങ്ങുവോ നീ?"

'ഹാവൂ, അല്ലെങ്കിലും തുണിക്കടയിലും സ്വർണക്കടയിലും വന്നാൽ ഈ പുരുഷന്മാർ കൂട്ടിലിട്ട വെരുകിനെപോലെ ചക്ര ശ്വാസം വലിക്കുന്നതിന്റെ മനഃശാസ്ത്രം എന്താണ് എന്ന് ഇന്നുവരെ ആരെങ്കിലും കണ്ടെത്തിയിട്ടുണ്ടോ? ശരി, ഏതെങ്കിലും ഒന്നെടുത്തു ഇവിടെ നിന്നിറങ്ങാം ഭദ്ര സ്വയം ശപിച്ചുകൊണ്ട് ഒരു നീല പട്ടി ലേക്ക് വിരൽ ചൂണ്ടി.'

"മാഡം, അടിപ്പാവാട, ബ്ലൗസ്, ലൈനിങ് തുണി...." സെയിൽസ് ഗേൾ പലതും ഓർമപ്പെടുത്തിയപ്പോൾ എന്തെന്നില്ലാത്ത അസഹി ഷ്ണുതയോടെ അവളെ നോക്കി. വേണ്ട, അതൊന്ന് ബില്ല് ചെയ്തു തരാമോ എത്രയും വേഗം എന്ന് പറഞ്ഞ് ശരണ്യയുടെ കൈയും പിടിച്ച് കൗണ്ടറിലേക്ക് നീങ്ങി.

അസഹിഷ്ണുതയോടെ കസേരയിൽ തിരിഞ്ഞും മറിഞ്ഞും ഇരി ക്കുന്ന വേണുവേട്ടനെ ദൂരെനിന്നുംതന്നെ കാണാമായിരുന്നു. മഴ വീണ്ടും കനക്കുന്നുമുണ്ട്. അവൾ കടയ്ക്കു പുറത്തെ നനഞ്ഞ കുടകൾ സൂക്ഷിക്കുന്ന ബക്കറ്റിലേക്ക് തന്റെ കുടയില്ലേ എന്ന് എത്തിനോക്കി.

'ഉണ്ട്, ഭാഗ്യം!'

സാരി കവറുമായി വേണുവിനരികിലേക്ക് നീങ്ങുമ്പോൾ അയാ

ളോട് അമർഷമാണ് തോന്നിയത്. ആ അമർഷത്തോടെ തന്നെ അവൾ ചോദിച്ചു.

"എന്താണ് ഇത്ര ധൃതി? പെട്ടന്ന് പോകാൻ? നിങ്ങളെന്താ ഇങ്ങനെ വിയർക്കുന്നത്?" കുളിരുന്ന എസിയിലും അയാൾ വിയർക്കുന്നത് കണ്ടു അവൾ വിചിത്രമായി ചോദിച്ചു.

അയാൾ ആ ഹാളിലെ അവസാന വരിയിൽ ബ്ലൗസ് തുണികൾ നോക്കുന്ന ഒരു സ്ത്രീയിലേക്കും കുഞ്ഞിലേക്കും മാറി മാറി നോക്കിക്കൊണ്ട് ഭദ്രയെ നോക്കി പരിഭ്രാന്തനായി പറഞ്ഞു.

"പറയുന്നത് മനസ്സിലാക്കു ഭദ്രേ, നമുക്ക് പോകാം."

അവിടെ നിന്നിറങ്ങുമ്പോൾ 'തൊട്ടാൽ പൊള്ളും മിട്ടായി' എന്ന് പുറകിൽ എഴുതിയ ഒരു പെൺ ഓട്ടോ അവർക്ക് മുന്നിൽ വന്ന് ഹോൺ മുഴക്കി. വേണു ധൃതിപ്പെട്ട് അതിൽ കയറി ഇരുന്ന് ഭദ്രയെ കയറാൻ പറഞ്ഞുകൊണ്ട് വണ്ണം പ്രതീക്ഷയോടെ നോക്കി. വീടെത്തിയതും മഴ പെയ്തൊഴിഞ്ഞതും ഒരുമിച്ചായിരുന്നു. മുറ്റത്തെ ചാരുകസേരയിൽ ചാഞ്ഞുകിടന്നപ്പോൾ വേണുവിന്റെ കുറുകിയ ചുരുണ്ട മുടിയിഴകളിൽനിന്നും വെള്ളം ഒലിച്ചിറങ്ങി ചാരുകസേരയുടെ വിരി നനച്ചു.

'എന്താണ് അവിടെ എനിക്ക് സംഭവിച്ചത്? ഞാൻ എന്താണ് ചെയ്തത്?' കൈത്തലംകൊണ്ട് മുഖം അമർത്തി വേണു ഒരു നടുക്കത്തോടെ ഓർത്തു.

കുടുംബ വാട്സാപ്പ് ഗ്രൂപ്പിൽവന്ന ആണ്ടറുതി കുടുംബ സംഗമത്തിന്റെ കാര്യപരിപാടി ചർച്ചയിലേക്ക് വെറുതെ കടന്നുപൊയ്ക്കൊണ്ടിരിക്കെയാണ് എട്ടോ ഒൻപതോമാത്രം വയസ്സായ ആ കുഞ്ഞുമിടുക്കിതന്നെ കടന്നുപോയത്. എന്ത് രസമാണ് അവളുടെ കുറുമ്പുള്ള കണ്ണുകൾ. അവ നക്ഷത്രങ്ങൾപോലെ തിളങ്ങുന്നു. ഞാൻ അവയെ കൗതുകത്തോടെ നോക്കി. അവളുടെ അമ്മ തിരക്കുപിടിച്ച തുണിത്തരങ്ങളിൽ വിരലോടിക്കുകയാണ്. അവൾക്കതിൽ കൗതുകമുണ്ടാകാതിരിക്കുക സ്വഭാവികമാണല്ലോ. എനിക്കരികിലെ കുട്ടികളെ ആകർഷിക്കാൻ വച്ച തുണിക്കടയുടെ പേരെഴുതിയ ബലൂണുകളിലേക്കാണ് അവളുടെ ശ്രദ്ധ. ഞാൻ അവളെ നോക്കി പുഞ്ചിരിച്ചു കണ്ണ് ചിമ്മി കാണിച്ചുകൊണ്ട് ബലൂണുകളെയും അവളെയും നോക്കി. അവൾ അടുക്കുന്ന പ്രകൃതക്കാരിയല്ല. അവൾ മുഖം തിരിച്ച് അമ്മയുടെ അടുത്തേക്ക് ചേർന്നുനിന്നു. എങ്കിലും അൽപനേരംകൊണ്ട് ആ കള്ളകണ്ണുകൾ എന്നെയും ബലൂണുകളെയും ഒളിക്കണ്ണിട്ടു

നോക്കി. ഞാൻ കൈ അല്പം ഉയർത്തി വീശി കാണിച്ച് ബലൂൺ എടുത്തുതരട്ടെ എന്ന് ആംഗ്യം കാണിച്ച മാത്രയിൽ അവൾ അമ്മയെ വിളിച്ചതന്നെ ചൂണ്ടികാട്ടി എന്തെല്ലാമോ പറയുന്നത് കണ്ടുവെങ്കിലും ഞാൻ അത് ശ്രദ്ധിക്കാൻപോയില്ല. രൂക്ഷമായുള്ള അമ്മയുടെ നോട്ടത്തോടൊപ്പം അല്പം ഉറച്ചശബ്ദത്തിൽ അമ്മ കുഞ്ഞിനെ നോക്കി ചോദിച്ചു:

"ആ അങ്കിൾ എന്ത് പറഞ്ഞു മോളെ? എന്താ ചെയ്തേ മോളെ? പറഞ്ഞോളൂ... അമ്മയോട് പറഞ്ഞോളൂ..."

ആ വാക്കുകളുടെ ദ്വയാർത്ഥം ഗ്രഹിച്ചുകൊണ്ടുതന്നെ ഞാൻ പുറംതിരിഞ്ഞിരുന്നു. തലേന്ന് രാജേഷ് എന്ന സഹപ്രവർത്തകൻ പറഞ്ഞ വാക്കുകൾ അറിയാതെ ഉള്ളിൽ മുഴങ്ങി.

"കാലം നന്നല്ലെടാ, നമ്മളിങ്ങനെ ഒന്നും കരുതിയിട്ടില്ല പക്ഷേ...."

"എന്ത് പക്ഷേ?" ഞാൻ അവനോട് തർക്കിച്ചു.

"എന്തിനെയും എങ്ങനെയും വ്യാഖ്യാനിക്കാമെന്നോ? നമുക്ക് ചുറ്റും അനീതികൾ ഉണ്ട് എന്നത് സത്യംതന്നെ. പക്ഷേ എല്ലാ കണ്ണുകളിലും ആ അനീതിയുടെ ഭീതി തിമിരം പിടിപെട്ടിരിക്കുകയാണ്. അല്ലാതെന്ത് പറയാൻ."

എന്റെ ഉള്ള് എന്നോട് മന്ത്രിച്ചു,

'ആ തിമിരത്തെ നീ എന്തിനാണ് വേണ്ട ഇപ്പോൾ ഇവിടെ ഭയപ്പെട്ടത്? നീയും ഒരു സാമൂഹിക ജീവി അല്ലേ? അതുകൊണ്ടാണല്ലോ ഭയപ്പെട്ടത്' ഉള്ള് മന്ത്രിച്ചു.

"വേണുവേട്ടാ, ചായ മുന്നിൽ കൊണ്ടുവച്ചു തന്നിട്ട് നേരം എത്രയായി ഉറങ്ങിപ്പോയോ? മഴ കൊണ്ടതല്ലേ ഇതൊന്നു കുടിച്ചോളൂ." ഭദ്ര സൗമ്യമായി ചിരിച്ചുകൊണ്ട് അകത്തേക്ക് നടന്നു. ശരണ്യ തന്റെ കാൽ കീഴേ ഇരുന്ന് പൂമ്പാറ്റയെ ആകാശത്തേക്കുയർത്തുന്ന ഒരു ചെറിയ പെൺകുട്ടിയുടെ ചിത്രത്തിനു നിറം കൊടുക്കുകയാണ്. ചിറകുകൾ വിടർത്തിയ പൂമ്പാറ്റ! അയാൾ അതിലേക്ക് ഉറ്റുനോക്കി.

• ഫെബ്രുവരി 2023

സൂര്യ ഗായത്രി

പാളങ്ങൾ കഥപറയുന്ന പാടവരമ്പുകളുടെ പയ്യാരങ്ങളിലേക്ക് തലചായ്ക്കാൻ അവളും. രഞ്ജിനി ഒന്നുകൂടെ അവളുടെ ഹാൻഡ് ബാഗ് തുറന്നു നോക്കി. ഉണ്ട്; എല്ലാമുണ്ട്.

അധികനേരം ഉറങ്ങിപ്പോയാൽ ട്രെയിൻ മാറിപ്പോകും. ആദ്യമായാണ് ഇത്രയും ദൂരം, അതും ഒറ്റയ്ക്ക്. ജീവിതത്തെക്കുറിച്ചുള്ള ഭയം അന്യമായി തുടങ്ങിയവർക്ക് മറ്റൊന്നിനോടും ഭയം കാണില്ലല്ലോ. ഭയക്കാനല്ലല്ലോ ജീവിതം; പോരാടാനുള്ളതല്ലേ?

"മോളു, വയ്യായ്ക ഒന്നുമില്ലല്ലോ അല്ലേ? ട്രെയിൻ ഇപ്പോൾ വരും. നിനക്ക് വല്ലതും കടിക്കാൻ വേണോ?"

തിരുവനന്തപുരം റെയിൽവേ സ്റ്റേഷൻ; നിത്യയാത്രക്കാരുടെ ഫോൺ തിരക്കുകളാൽ അന്യമായ ആ ലോകത്ത്, അവരിരുവരും തങ്ങളുടേതായ പാളങ്ങളിൽകൂടി സഞ്ചരിച്ചുകൊണ്ട് ലോകത്തെ ഉറ്റുനോക്കി.

"രഞ്ജിനി..."

ഇരിക്കുന്ന ബെഞ്ചിൽനിന്നും അല്പം വലതുമാറി അവൾ തിരിഞ്ഞുനോക്കി. സുഷമ; അയൽവാസിയാണ്. നിത്യയാത്രക്കാരി, അവൾ ജോലിക്ക് പോകുകയാവും. എവിടേക്കാണെന്നു ചോദിച്ചാൽ...? കള്ളമല്ലാത്ത പൊലിപ്പിച്ച ഒരു സത്യം പറയുക തന്നെ.

"ഇത്ര നേരത്തെ അമ്മയും മോളും കൂടെ എവിടേക്കാണ്? ഇവൾക്കിന്ന് സ്കൂൾ ഇല്ലേ?"

.സൂര്യഗായത്രി അമ്മയെ പരിഭ്രമത്തോടെ നോക്കി.

രഞ്ജിനി മകളുടെ കൈയ്യിൽ മൃദുലമായി തലോടി. എല്ലാത്തിനോടും അവൾക്ക് പരിഭ്രമമാണ്. ലോകത്തെ ഉറ്റുനോക്കുമ്പോൾ എല്ലാത്തിനോടും പരിഭ്രമം ഉണ്ടാവുക കൗമാരത്തിനല്ല, യൗവനത്തിനാണ്. ലോകം മുറവിളി കൂട്ടുമ്പോൾ സമൂഹത്തെ പടുത്തുയർത്തേണ്ട മൂക സാക്ഷികൾ കൗമാരം എന്ന വലുതും ചെറുതുമല്ലാത്ത, വലുപ്പത്തിന്റെ അറിവില്ലായ്മയിൽ പരിഭ്രമിപ്പിക്കുന്ന ലോകത്തിന്റെ ഗതിയെ തടുക്കാവാതല്ലല്ലോ.

അവൾ വാച്ചിന്റെ മുഖംതിരിച്ച് സൂചികളിലേക്ക് സസൂക്ഷ്മം നോക്കി. 12.30 ആയിട്ടുള്ളൂ.

"ഞങ്ങൾ ഒരു സുഹൃത്തിന്റെ വീട്ടിൽ ഒരു ചടങ്ങിൽ പങ്കെടുക്കാൻ പോകുന്നു സുഷമ."

"ശരി എന്നാൽ, എന്റെ ട്രെയിൻ വരാറായി."

അധികം ചോദ്യശരങ്ങളിൽനിന്നും ഒഴിവായതിൽ സന്തോഷിച്ച് സൂര്യ മൊബൈലിലേക്ക് ആണ്ടിറങ്ങി.

"ട്രെയിൻ 15 മിനിറ്റ് വൈകും അമ്മേ; നമുക്ക് വല്ലതും കഴിച്ചിട്ട് കേറാം." വരുമ്പോൾ പട്ടത്ത് ആര്യജ്യോതിയിൽനിന്നും വാങ്ങിയ മസാലദോശ അവളുടെ ഉള്ളിലെ ഇഷ്ടക്കാരിയെ ഉണർത്തി.

"അമ്മക്ക് പിന്നീട് മതി. മോള് കഴിച്ചോളൂ." അവൾ രഞ്ജിനിയെ നോക്കി പുഞ്ചിരിച്ചു.

നീണ്ടയാത്രയുടെ വേരുകളിറങ്ങുന്ന മണ്ണിലേക്ക് കടവാവലുകളെ പോലെ തൂങ്ങിയാടി പ്രതിസന്ധികൾ മുട്ടറ്റം കയറിയിരിക്കുന്നു. എന്റെ വീക്ഷണമാണ് ഇനി അവളുടെ ഭാവി.അവൾ നെടുവീർപ്പിട്ടുകൊണ്ട് ഓർത്തു.

"ഹലോ, നിങ്ങൾ സ്റ്റേഷനിൽ എത്തിയല്ലോ അല്ലേ? ട്രെയിൻ വന്നുവോ?"

രവിയേട്ടന്റെ ആശങ്കകൾ അകലുകയില്ല. അദ്ദേഹത്തിന് എപ്പോഴും കരുതലോടെ മാത്രമേ സംസാരിക്കാനറിയൂ. റെയിൽ പാളങ്ങളെ നോക്കി അവൾ കണ്ണിമവെട്ടാതെ ഇരുന്നു.

രവിയേട്ടൻ ഒരു പാവമാണ്.ഇതൊന്നും താങ്ങുവാനാകില്ല. ഞാനൊരു അമ്മ എന്ന തിരിച്ചറിവിന്റെ ആഴം മറികടന്ന് അദ്ദേഹത്തെ സ്നേഹിച്ചത് കൊണ്ടാവാം ഞങ്ങളുടെ ദാമ്പത്യത്തിൽ ഇടിമിന്നലേറ്റപോലെ പലതും കടന്നുപോയിട്ടും നിഷ്കളങ്കമായി

അദ്ദേഹം താൻ പറയുന്ന എന്തിനും മൂളിക്കേൾക്കുന്നത്.

ഒരു ഞായറാഴ്ച ടിവി സിനിമയുടെ ഇടവേളയിൽ തന്റെ മടിയിൽ കിടന്ന അദ്ദേഹത്തിന്റെ മുടിയിഴകളിലൂടെ വിരലോടിച്ച് താൻ ചോദിച്ച ആ അനുവാദവും അതാവാം നിഷേധിക്കാനാകാഞ്ഞത്.

"ചാരുവിന്റെ അടുത്ത് പോകണമെന്നുണ്ട് രവിയേട്ടാ. കുറെ നാളായില്ലേ അവളെ കണ്ടിട്ട്. ജോലിത്തിരക്കുകൊണ്ട് അവൾ ഇങ്ങോട്ടും വരുന്നില്ല."

അച്ഛന്റെയും അമ്മയുടെയും കാലശേഷം അവളാണ് എനിക്കെപ്പോഴും തണൽ. ചേച്ചി അവിവാഹിതയായി നിൽക്കെ അനിയത്തി വിവാഹം ചെയ്തതിൽ അടക്കം പറഞ്ഞ കുടുംബക്കാർക്കിടയിലുള്ള മുറുമുറുപ്പുകൾക്കവൾ ചെവികൊടുക്കാതെ പലരുടെയും നല്ല നിമിഷങ്ങളിലൂടെയും അച്ഛനമ്മമാരുടെ അവസാന നാളുകളിലൂടെയും കടന്നുപോയി. ആരും അവളെയോ അവൾ ആരെയുമോ കാത്തുനിൽക്കാതെ കാലം കടത്തിവിട്ട അവളുടെ കവിളിലെ വാർദ്ധക്യച്ചുളിവുകളെ കോടമഞ്ഞിട്ട ആസാമിന്റെ തേയിലത്താഴ്‌വരകൾ പകുത്തെടുത്തു.

കിടപ്പുമുറിയിലെ പാതിയടച്ച വാതിലിനു പുറകിൽ ചാഞ്ഞുനിന്നുകൊണ്ട് സൂര്യ ഉള്ളിൽ കരഞ്ഞു. അച്ഛൻ സമ്മതം മൂളിയിരുന്നുവെങ്കിൽ ഈ ഓർമ്മകളുടെ വിഴുപ്പുഗന്ധത്തിൽനിന്നും അല്പം ശുദ്ധവായു ശ്വസിക്കാമായിരുന്നു.

രവി ടിവിയുടെ ശബ്ദം അല്പാല്പമായി കുറച്ചുകൊണ്ട് രഞ്ജിനിയെ നോക്കി.

"എനിക്ക് ലീവ് ഇല്ലല്ലോ രഞ്ജു."

"സാരമില്ല രവിയേട്ടാ, ഞാൻ സൂര്യയെ കൂട്ടി പൊയ്ക്കോളാം."

"അവൾക്ക് പരീക്ഷയില്ലേ? കൂടാതെ നിങ്ങൾ രണ്ടുപേരും ഇത്ര ദൂരം ഒറ്റക്ക്? നീ ഇവിടെനിന്നും കന്യാകുമാരിവരെയെങ്കിലും പോയിട്ടുണ്ടോ രഞ്ജു?"

ദൂരങ്ങൾ താണ്ടാൻ മനസിന് കരുത്തുള്ളപ്പോൾ പാദങ്ങൾ എന്തിനു പതറണം?അവൾ ചിന്തിച്ചു.

"ഞാൻ പൊക്കോളാം രവിയേട്ടാ."

അതിൽ ഒരു അപേക്ഷയുടെ സ്വരം കലർന്നതിൽ അദ്ദേഹത്തിന് അലിവ് മധുരിച്ചു.

'ശരി... ശരി...' എന്ന വാക്ക് അച്ഛൻ പറഞ്ഞിരിക്കുന്നു.സൂര്യ ശബ്ദമുണ്ടാക്കാതെ വാതിൽ പതുക്കെ ചാരി. മുന്നിലെ നിലക്കണ്ണാടിയിലെ പ്രതിച്ഛായയിലൂടെ കട്ടിലിനരികിലേക്ക് പ്രവേശിക്കുമ്പോൾ തന്നെ ഒന്നുനോക്കി. കുരുക്ക് വീണ നൂൽ ഒന്നൊന്നായി അഴിയുക എന്നതുപോലെ താനിന്ന് അമ്മക്ക് മുന്നിൽ പലരുടെയും അപേക്ഷ സ്വരത്തിനു വകയാണ്. പെണ്മക്കൾ അമ്മമാർക്ക് ഭീതിയോ ഭാരമോ അല്ല, മറിച്ച് ലോകത്തോടുള്ള അപേക്ഷയാണെന്ന് എന്റെ അമ്മ ഇവിടെ സ്ഥാപിക്കുന്നു. ഞാൻ എന്ന പെണ്ണ് നാളെ മറ്റൊരാളുടെയും.

"അമ്മേ... അച്ഛൻ എന്താ വിളിച്ചത്?"

അവളുടെ നേർത്ത നൂൽപാലങ്ങൾപോലെയുള്ള ഇരു പുരികങ്ങൾക്കുമിടയിലെ പരന്ന ചാന്തുപൊട്ട് ശരിയാക്കി തുടച്ചുകൊടുത്തുകൊണ്ട് രഞ്ജിനി സാരിത്തലപ്പ് അരയിലേക്ക് അമർത്തി.

"ഒന്നുമില്ല ട്രെയിൻ വന്നുവോ എന്നുചോദിച്ചതാണ്. പ്രശ്നം ഒന്നുമില്ല."

അമ്മയുടെ ചേച്ചി, ചാരുവമ്മ എന്നാണ് താൻ വിളിക്കാറുള്ളത്. പറഞ്ഞുകേട്ട അറിവേയുള്ളൂ അവരെ കുറിച്ച്. ഇവർ ഇരുവരും ഇരു ധ്രുവങ്ങൾ ആണത്രെ. ഏത് അർത്ഥത്തിലെന്ന് ഒരുപക്ഷേ ഈ യാത്രകൊണ്ട് താൻ അടുത്തറിയുമായിരിക്കാം. അവൾ നീണ്ടനെടുവീർപ്പിനാൽ പ്രതീക്ഷയോടെ പാലങ്ങളിലേക്കും ഘടികാരത്തിലേക്കും മാറിമാറി നോക്കി. ഏതെല്ലാമൊക്കെയൊ കണ്ടുപരിചിതമായ പരസ്യങ്ങൾ സ്വീകരണമുറിയിലെന്നപോലെ അവിടെ പ്ലാറ്റ്ഫോമിലും ആർക്കോവേണ്ടി അവിടവിടങ്ങളിലായി ചിലച്ചുകൊണ്ടേയിരുന്നു.

"അമ്മേ നമ്മൾ വൈകിട്ടല്ലേ അവിടെ എത്തുക? ചാരുവമ്മ വിളിച്ചുവോ?"

"അവള് വിളിക്കും. വരാനുള്ള വിശദവിവരങ്ങൾ അവൾ പറഞ്ഞുതന്നിട്ടുണ്ട് ഗായു. കുറെ യാത്ര ഉണ്ട്. അതാ ട്രെയിൻ വരുന്നു."

രഞ്ജിനി ബാഗുകൾ എണ്ണി തിട്ടപ്പെടുത്തി. ഒന്ന്, രണ്ട്, മൂന്ന്... ആഹ്, എല്ലാമുണ്ട്. അത്ര തിരക്കൊന്നും കാണില്ല. തിരുവനന്തപുരം സെൻട്രൽവരെയേ തിരക്ക് കാണൂ. സീറ്റ് കിട്ടിയാൽപിന്നെ ഒന്നും നോക്കാനില്ല, അതുവരെയെ ബുദ്ധിമുട്ടുള്ളൂ.

ട്രെയിനിന്റെ പടികൾ കയറുമ്പോൾ അവൾ അമ്മയെ സഹാ

യിക്കാനായി ബാഗുകളിൽ കൈവച്ചു.

"ഏയ് വേണ്ട. ഞാൻ എടുത്തോളാം. പടികൾ കയറുമ്പോൾ ശ്രദ്ധിക്കണം കേട്ടോ."

"ശരി അമ്മേ." അവൾ മൊബൈൽ പിൻബാഗിലെ അറയിൽ ഭദ്രമാക്കി വച്ചു.

ആഹ്... അങ്ങനെ കുറച്ചുനാളത്തെ ഇടവേള! എന്റെ വീടിനോട്, അച്ഛനോട്, നാടിനോട്, കൂട്ടുകാരോട്, സ്കൂളിനോട്, മറ്റെല്ലാത്തിനോടും. അമ്മ... അമ്മ മാത്രമാണ് അഭയം.

രഞ്ജിനി ചാരു എഴുതിത്തന്ന ആ വഴി രേഖ നോക്കി. അതെ, ശരിയാണ്.

"മോളെ മൊബൈൽ നീ ഓഫ് ചെയ്യുവോ?"

"ഇല്ലമ്മേ."

"ചെയ്യൂ."

എന്തിനാണെന്ന് ഇപ്പോൾ ഞാൻ അമ്മയോട് ഒന്നും ചോദിക്കാറില്ല. അമ്മ എപ്പോഴും ചിന്തയിലാണ്. പലതിനെക്കുറിച്ചും.

"ചെയ്യാം."

അവൾ ശ്രദ്ധയോടെ ഫോൺ വീണ്ടുമെടുത്ത് അതിനെ നിദ്രയിലാഴ്ത്തി. ഇത്, ഇതാണെന്റെ ഒരു കാലത്തെ ജീവനാഡി. അതിനെ ഞാൻതന്നെ ഉറക്ക ഗുളിക നൽകി ഇന്ന്. ഇതാണ് ജീവിതങ്ങൾ. എടുത്ത കൈതന്നെ കൊടുക്കുന്ന ജാലവിദ്യ. രഞ്ജിനി അവളുടെ തോളിലൂടെ കൈചേർത്ത് തട്ടിക്കൊണ്ട് പറഞ്ഞു.

"ഇന്നുമുതൽ നമ്മൾ ആരാണെന്നോ എന്താണെന്നോ ചാരുവിനല്ലാതെ മറ്റാർക്കും അറിയാനാവരുത്. മോൾക്ക് മനസ്സിലാകുന്നുണ്ടോ?"

അവൾ തലതാഴ്ത്തി ശരി എന്ന് മൂളിക്കേട്ടു. നമ്മൾ നമുക്ക് ചുറ്റുമുള്ളതിനോട് പുതുമ അവകാശപ്പെടാൻ പോകുന്നതിന്റെ ആദ്യത്തെ ഭാഗ്യക്കുറി.

തിരുവനന്തപുരം സെൻട്രൽസ്റ്റേഷനിൽ ട്രെയിൻ വേഗത കുറച്ചപ്പോളാണ് രഞ്ജിനി ജനാലയഴികളിൽ ചാരിയ തന്റെ മുഖമൊന്നുയർത്തിയത്. അവൾ, സൂര്യ അപ്പോഴും ചിന്തയിലാണ്. ചുറ്റുമുള്ളവരിലേക്ക് കണ്ണുനട്ടിരിക്കുന്ന അവളുടെ മനസ്സ് എനിക്ക് വായിക്കുവാനാകും. ചാരുവിന് അവളോടുള്ള സമീപനം എന്തായിരിക്കും

എന്നതിനെ കുറിച്ചുള്ള ആശങ്ക അവളിൽ നിഴലിച്ചിരുന്നു.

"നമ്മൾ എന്താണെന്നു മറ്റുള്ളവർക്കുള്ള നിഗമനമാകരുത് ഗായൂ."

ചിന്തയിലാണ്ട അവളുടെ പ്രതീക്ഷവറ്റിയ കണ്ണുകൾ ചോദ്യ ചിഹ്നം കണക്കെ അമ്മയെ നോക്കി.

"നീ ജന്മാന്തര വാഗ്ദാനങ്ങൾ വായിച്ചിട്ടുണ്ടോ, ജയശ്രീ മിശ്രയുടെ പുസ്തകം?"

"ഇല്ലമ്മേ." അവൾ നിരാശയോടെ കണ്ണുകൾ ചലിപ്പിച്ചു. രഞ്ജിനി ബാഗിൽനിന്നെടുത്ത ആ പുസ്തകത്തിൽ വിരലോടിച്ചു.

"വായിക്കൂ. ഈ യാത്ര അവസാനിക്കുമ്പോൾ അമ്മക്ക് ഈ പുസ്തകത്തെപ്പറ്റി മോളുടെ അഭിപ്രായം അറിയണം എന്നുണ്ട്."

"ആവാം."

അവൾ അലക്ഷ്യമായി താളുകൾമറിച്ചു. അടുത്തത് ട്രെയിൻ ഇനി ചെന്നൈ സെൻട്രലിലേ നിർത്തൂ. അടുത്തുള്ള തമിഴ് സ്ത്രീ കാലു നീട്ടി ഉഴിഞ്ഞു. എത്രനേരം ഇരിക്കണം. കാര ചീടയുടെ മണം അവിടെ മുഴുവൻ പരന്നു. അയ്യങ്കാർ തമിഴിൽ അവർ എന്തെല്ലാമോ നാമങ്ങൾ ഉച്ചരിച്ചുകൊണ്ട് സൂര്യയെ ഇടക്കിടെ നോക്കി തന്റെ എട്ടുമുഴംചേല സീറ്റിനുള്ളിലേക്കൊതുക്കി.

സൂര്യ കൗതുകത്തോടെ അവരെ നോക്കിനിന്നു. സ്കൂൾ ആർട്സ് ദിനത്തിന് ഒരു കേരള സാരി ഉടുക്കാൻ താൻ പെട്ടപാട്. അപ്പോളാണിവർ 8 മുഴം ചേല ശരീരത്തിൽ അണിഞ്ഞ് ഇത്ര അനായാസമായി പെരുമാറുന്നത്. ഓരോ സ്ത്രീക്കും എത്ര എത്ര ഭാവങ്ങൾ, വസ്ത്രത്തിൽ, സംസ്കാരത്തിൽ, ഭാഷയിൽ. ദേശകാലാന്തരത്തിൽ സ്ത്രീ വൈവിധ്യമായി കടന്നുപോയ ഇടം ഇന്ത്യയായിരിക്കാം, ഇത്ര മേന്മയോടെ. അവൾ ഓർത്തു.

"ശീലങ്ങളാണ് എന്തിനെയും ലളിതമാക്കുന്നത് ജീവിതത്തിൽ, ഇവരുടെ ചേല പോലെ."

അനുരാഗ് നന്നായി പാടുമായിരുന്നു.

'അയ്യങ്കാര് വീട്ട് അഴകേ...'

ഇല്ല, വേണ്ട. എനിക്ക് കേൾക്കണ്ട. അവൾ ആ ഓർമ്മകളിൽ നിന്നും മുഖംതിരിച്ചു.

"അമ്മ..."

"മ്മ്..."

"അമ്മേക്ക് ചാരുവമ്മയെ എത്ര ഇഷ്ടം ആണ്?"

"ഒരുപാട്."

രഞ്ജിനി ചാരുവിനോട് സംസാരിക്കുന്നതിൽനിന്നും മുഖമുയർത്തി അവളെ പുഞ്ചിരിയോടെ നോക്കി.

"അവളെന്റെ ചേച്ചി അല്ലേ? അവൾ വളരെ ഏറെ എന്നെ മനസ്സിലാക്കിയിരുന്ന മറ്റാരേക്കാളും. അവൾ എനിക്ക് വെറും 'ചേച്ചി' വിളി അല്ല."

ശരിയാണ്... ആയിരിക്കാം. എനിക്കങ്ങനെ ഒരാൾ ഇല്ലാത്തതു കൊണ്ടാവാം അതേപ്പറ്റി അറിയാത്തത്.

"അമ്മ, എനിക്ക് ചാരുവമ്മയെപോലെ ഒരു ചേച്ചിയാകണം. അതിനെനിക്കൊരു അനിയത്തിയോ അനിയനോ വേണം."

അവൾ രഞ്ജിനിയുടെ കൈയ്യിൽ മൃദുലമായി തലോടി.

"അതിനെന്താ. നിനക്കൊരു അനിയനും അനിയത്തിയും ഉണ്ടാവും."

❧ ❧ ❧

"ഹലോ,

ഹലോ. സൂര്യയുടെ വീടല്ലേ?"

"അതെ..., സൂര്യയുടെ അച്ഛനാണ്. ആരാണ് സംസാരിക്കുന്നത്?"

"ഞാൻ എൻട്രൻസ് കോച്ചിംഗ് സെന്ററിൽ കൂടെ പഠിക്കുന്ന അനുരാഗ് ആണ് അങ്കിൾ. സൂര്യ കുറച്ചുനാളായി ക്ലാസ്സിൽ വരുന്നില്ലല്ലോ? അവിടെയുണ്ടോ?"

"ഇല്ല, അവൾ അമ്മയോടൊപ്പം ഒരിടംവരെ പോയിരിക്കയാണ്. കുറച്ചുനാൾ കഴിയും വരാൻ. വന്നാൽ വിളിക്കാൻ പറയാം മോനെ." അയാൾ കരുതലോടെയും വാത്സല്യത്തോടെയുമുള്ള മറുപടിയാൽ അവന്റെ ഉള്ളിൽ പനിനീരിന്റെ നനവുള്ള മയിൽപീലി തലോടി.

അപ്പോൾ അദ്ദേഹത്തിനൊന്നുമറിയില്ല. ഞാൻ ആരാണെന്നും അറിയില്ല. അവളുടെ അമ്മ ബുദ്ധിമതിയാണ്. തന്ത്രപൂർവ്വം എല്ലാ

പഴവും താഴിട്ടു പൂട്ടി. സൂര്യ, അവളെ എനിക്കെന്നെന്നേക്കുമായി നഷ്ടമായിരിക്കുന്നു. ചില സത്യങ്ങളെ ഉൾക്കൊള്ളാൻ ചിലത് ജീവിതത്തിൽ നടന്നുവെങ്കിലേ സാഹചര്യങ്ങൾക്കാകൂ.

എനിക്കുള്ളതാണ് അവൾ എന്നതിൽനിന്നും എന്നേക്കാൾ മികവാണ് അവൾക്ക് അമ്മ എന്ന് പ്രതിസന്ധി തിരിച്ചറിവ് നൽകിക്കാണും. 'എന്നിൽനിന്നും നിനക്കെത്ര ദൂരം പോകാനാകും സൂര്യ? നീ പോയ ദൂരമെല്ലാം മടങ്ങുമ്പോൾ ദൂരക്കുറവായിരിക്കുമെന്നു ഞാൻ പ്രത്യാശിക്കട്ടെ.'

അയാൾ അവളുടെ മുറിയിൽ പ്രവേശിച്ചു. അടഞ്ഞിട്ട ജനാലക്കരികിൽ കണ്ണീർവാർത്ത് തലകുനിച്ചു. തന്റെ ജീവവായുവിനെ കാത്തൊരു മണി പ്ലാന്റിന്റെ കുപ്പി നിറങ്ങളാൽ ശ്രദ്ധ ആകർഷിച്ചു. എന്റെ കൂട്ടുകാരി എന്നാണിനി വരിക? മുറിയിൽ എന്നാണ് ഒരു വെളിച്ചമുണ്ടാവുക?

പെണ്മക്കൾ എത്ര അകലേക്ക് പോകുമ്പോഴും മൗനമായി തേങ്ങുന്ന ഒരു മനസ്സുണ്ട്, അത് അച്ഛന്റേതാണെന്ന് എന്നെങ്കിലും അവൾ അറിയുമായിരിക്കും. അയാൾ ജനാലപ്പാളികൾ തുറന്നിട്ട് ആ ചെടിയെ നോക്കി. ഗപ്പികൾ അടുത്തിരുന്ന് പുഞ്ചിരിച്ചു. വർണ്ണശബളമായ അവളുടെ മുറി അലങ്കോലപ്പെട്ടുകിടക്കുന്നതിൽ വിഷമിച്ചുകൊണ്ട് അയാൾ അവളുടെ സാന്നിധ്യം ആസ്വദിക്കുവാനായി അവളുടെ മേശപ്പുറത്തെ പുസ്തകങ്ങളെ അടുക്കും ചിട്ടയുമോടെ വരിയിൽ നിരത്തി. അവളുടെ സ്കൂൾ ടാഗിലെ ചിത്രം നോക്കി പുഞ്ചിരിച്ചു.

നീ എത്ര പെട്ടന്നാണ് വളർന്നത്? ന്യൂസ്അവർ കാണാനിരിക്കുമ്പോൾ നീ പഠിക്കുന്നതോർത്ത് ഇനി രഞ്ജു എന്നാണെന്നെ ചീത്ത പറയുക? നിന്നോടൊപ്പമുള്ള കട്ടൻചായയുടെ മധുരത്തിനായി ഞാൻ നേരത്തെ ബസ്സുപിടിക്കാൻ ഇനി എത്ര കാക്കണം? രഞ്ജു അറിയാതെ വാങ്ങിത്തരുന്ന പൊറോട്ടക്കും കോഴിക്കറിക്കും കൊളസ്ട്രോളിന്റെ കണക്കില്ലാത്ത സ്നേഹം ആരോടാണ് ചോദിച്ചുവാങ്ങുക? സൂര്യമോളെ... നീയില്ലായ്മ അച്ഛനിൽ ശൂന്യത തന്നെയാണ്, ആരോടും പറഞ്ഞില്ലെങ്കിലും.

അനുരാഗ് അടുത്തുള്ള കടത്തിണ്ണയിൽ കയറിനിന്നു. നല്ല ശക്തമായ മഴ.

"അമ്മേ ജനാല അടക്കാമായിരുന്നു... ചാറ്റൽ മഴ അകത്തേക്കടിക്കുന്നുണ്ട്."

'മധുര മരിക്കൊഴന്തു വാസം... എൻ രാസാത്തി ഉന്നുടയ നേസം...'

സൂര്യ അല്പം കുസൃതിയോടെ ഇടം കണ്ണിട്ടുനോക്കി. മാമി തന്റെ ബാഗുകളെല്ലാം കാലുകൾക്കടിയിൽനിന്നും എണ്ണിപ്പെറുക്കി.

"മാമാ, ശെത്ത പൊറുങ്കളെ... സ്റ്റേഷൻ വന്തിട്ടുച്ച്. എത്തന തടവെ കൂപ്പിട്ടുവേൾ."

അവൾക്ക് ചിരി അടക്കാനായില്ല. ഈ പ്രായത്തിലും ഇത്ര ആകാംക്ഷ അദ്ദേഹത്തിന്, ഇവരെ കാണുന്നതിൽ.

ചെന്നൈ സെൻട്രൽ ആൾത്തിരക്കിന്റെ മല്ലിപ്പൂവാസനയും വട, സാമ്പാറിന്റെ രുചിയുമായി അവരെ വരവേറ്റു.

ചെന്നൈ... എപ്പോഴും മോഹിപ്പിക്കുന്ന പട്ടണം. സംസ്കാരം, കല, രുചി, ഏത് അർത്ഥത്തിലും അതിന്റേതായ ഒരു പ്രാധാന്യം ഉണ്ട് ഭാരത മണ്ണിൽ.

അവൾ ജനലഴികളിലൂടെ എത്തിനോക്കി.

"മോളു. കുറച്ച് വെള്ളംകുടിക്കൂ. എത്ര നേരമായി നീ വെള്ളം കുടിച്ചിട്ട്."

അന്തിനേരം മയങ്ങുന്നതിനൊട്ടുവിൽ കൈക്കുടകളുമായി വീടണയാൻവെമ്പി തേഞ്ഞചെരുപ്പുകളും വലിച്ചിഴച്ച് പരക്കം പായുന്ന പെൺമനസ്സുകളുടെ നിലയില്ലാത്ത കൃഷ്ണമണി ചാഞ്ചാട്ടത്തെ അവൾ നോക്കിനിന്നു.

"നൂൽ മില്ലോ, കമ്പനി പണിയോ ഒക്കെ ആകും. ഇനി എപ്പോളാണാവോ വീടെത്തി ഒന്ന് നടുനിവർത്തുക." അവൾ അമ്മയെ നോക്കി.

"അതെ", അമ്മയും. അമ്മ ജോലിക്ക് പോകാത്തതുകൊണ്ട് നടുനിവർത്താൻ സോഫയിൽ നിവർന്നിരിക്കുമ്പോൾ ഞങ്ങൾക്ക് അസാധാരണത്വം തോന്നാറില്ല. എങ്കിലും അമ്മ ജോലിക്കുപോയിരുന്നെങ്കിലെന്ന് എന്നും ഞാൻ ആഗ്രഹിച്ചിട്ടുണ്ട്. എങ്കിൽ എനിക്കന്ന് ആശുപത്രിയിൽ ചിലവിന് ആ കൈവള വിൽക്കേണ്ടി വരില്ലായിരുന്നു. രഞ്ജുവിന്റെ കൈയ്യിൽ ആടിക്കളിക്കുന്ന ചുവപ്പും പച്ചയും കലർന്ന കണ്ണാടി വളകളിൽ അവൾ വിരലോടിച്ചു. എന്നെങ്കിലും ഞാൻ അമ്മേക്ക് ആ വള ഈ കൈയ്യിലിട്ടുകൊടുക്കും, തീർച്ച.

പതിയെ നീങ്ങുന്ന ട്രെയിനിന്റെ വേഗതയിൽ അവൾ തിരിഞ്ഞുനോക്കി. മാമി ബാഗുകളുംതൂക്കി കണ്ണകലത്തുനിന്നും മറയുന്ന ആ

കാഴ്ച., കല്ലഴകന്റെ നാട്ടിൽ കരിമണ്ണിന്റെ മണമുള്ള സ്നേഹ സുഗന്ധം, ആ സ്ത്രീ. ആറിലും അറുപതിലും ഒരേ പ്രണയം. ഭർത്താവിനെ സ്നേഹത്തോടെ ചീത്തവിളികളാൽ പ്രണയിക്കാൻ ലഭിക്കുക എന്നത് സ്വാതന്ത്ര്യത്തിന്റെ മുദ്രയാണ് എന്ന് പറയാൻ പാടില്ലത്രെ.

രഞ്ജു സീറ്റിൽ ചാരിയിരുന്നു. ആ ദിവസത്തെ പ്രതിസന്ധികളെ താൻ തരണം ചെയ്തത് അയവിറക്കി കടന്നുപോകുന്നത് അവളുടെ കണ്ണുകളിൽ പ്രതിഫലിപ്പിച്ചു.

"അമ്മേ, ഇന്ന് ഞാൻ സ്കൂളിൽ പോണില്ലാട്ടോ."

ടിഫിൻ പാത്രത്തിൽ ചോറും മുട്ടപൊരിച്ചതും നാരങ്ങ അച്ചാറിന്റെ കഷ്ണവും അവളെ നോക്കി പരിഹസിച്ചു. എന്നാൽ, ഇത് കുറച്ച് നേരത്തെ ആകാമായിരുന്നില്ലേ എന്ന ഭാവത്തിൽ അരയിൽ തിരുകിയ ചീപ്പിന്റെ കുത്തൽ അങ്ങൊഴിവാക്കി രഞ്ജു അവളെ നോക്കി. എന്നും അവൾ സ്കൂൾ പോകാനിറങ്ങുന്ന അവസാന നിമിഷത്തിലലെ മുടി ഇരുവശത്തും പിന്നി കെട്ടിയിടാൻ ഓടിവന്നു അടുക്കള തിണ്ണമേൽ സ്ഥാനം പിടിക്കും. നിർബന്ധിച്ചില്ലെങ്കിൽ പ്രാതലുമില്ല.

"എന്താണ്, വയ്യേ നിനക്ക്?"

അവൾ അടുക്കള മൂലയിൽ മൺപാനയിൽനിന്നും ഒരു ഗ്ലാസ് വെള്ളം എടുത്തു കുടിച്ചു.

"ഇന്ന് എന്തോ വയ്യാത്തപോലെ. നാളെ പോകാം."

"ക്ലാസ്സ് മുടക്കിയാൽ ഒരുപാട് എഴുതാനുണ്ടാകും. എൻട്രൻസ് കോച്ചിംഗ് രണ്ടാഴ്ചയായി മുടങ്ങുന്നു."

"അതിന്നിവിടിരുന്നു എഴുതിത്തീർക്കാം."

"ആഹ്, അങ്ങിനെ എങ്കിൽ അങ്ങിനെ. പഠിപ്പുതുടങ്ങിയതിൽ പിന്നെ എപ്പോഴാണ് നീ ഒന്ന് വീട്ടിൽ ഇരുന്നിരിക്കുന്നത്? നിന്നെ കണ്ടുകിട്ടണമെങ്കിൽ പുസ്തകങ്ങൾക്കിടയിലോ കംപ്യൂട്ടറിന് മുന്നിലോ അല്ലെങ്കിൽ ടീവിക്ക് മുന്നിലോ ആകണം. ഇടയ്ക്കൊരു ദിവസം ഇങ്ങനെയും നല്ലതാണ്. അച്ഛനോട് പറഞ്ഞേക്കു... ഇല്ലെങ്കിൽ ബസ്സ്റ്റോപ്പിൽനിന്നെ ഇറക്കിപ്പോകാൻ കാത്തുനിൽക്കും."

"ശരിയമ്മേ."

അവൾ എന്തെല്ലാമൊക്കെയോ പറയാനുണ്ടായിട്ടും ഉള്ളിലൊതുക്കി.

പോകുംവഴി യൂട്യൂബിൽ പാചകം നിർത്താതെ കടുക് വറവിട്ട അമ്മയുടെ മൊബൈലുമായി ഉമ്മറപ്പടിയിലേക്ക് നീങ്ങി. മുറ്റത്തെ ചെമ്പരത്തികൾ വെള്ളയും ചുവപ്പുമായി ആശങ്കകളെന്നപോലെ ഇടകലർന്നു ഇടത്തിനായി മത്സരിച്ചു. ആരൊക്കെയാണ് ഓൺ ലൈൻ ഉള്ളത് നോക്കട്ടെ... അരുന്ധതി കാണാതിരിക്കില്ല. പനിയാ യതുകൊണ്ട് അവളും ഇന്ന് ലീവായിരിക്കും.

"ഡാ..."

മറുപടി ഉണ്ട്.

"ആഹ് നീ പോയില്ലേ ഇന്ന്?"

"ഇല്ല."

"നിനക്ക് പീരിയഡ്സ് ആണോ?"

"അല്ലടാ."

"പിന്നെ?"

"എൻട്രൻസിന്റെ കുറച്ച്..." അവൾ മുഴുമിപ്പിക്കുംമുമ്പേ അരുന്ധതി സ്മൈലികൾ പുറപ്പെട്ടുവിച്ചു.

"പറയണമെന്നില്ല. പഠിപ്പിസ്റ്റ്. പിന്നെ ഡാ..."

"മ്."

"നിനക്ക് പീരിയഡ്സ് വൈകി വരാറുണ്ടോ?"

"ഇടക്കൊക്കെ. എന്താ?" അരുന്ധതി അലക്ഷ്യമായി പറഞ്ഞു നീങ്ങി. കുറച്ചുനേരത്തെ മൗനത്തിന്റെ ഇടവേളയിൽ സൂര്യ ലാസ്റ്റ് സീൻ 7:15 am.

"എന്തുകൊണ്ടാണ് പീരിയഡ്സ് വൈകി വരുന്നത് അറിയുമോ നിനക്ക്?"

"അതിപ്പോ എന്തേലും ഹോർമോൺ പ്രശ്നം കാണും, അതാവും. ഒരു ഗൈനക്കിനെ കണ്ടാൽ പ്രശ്നം തീർന്നില്ലേ?"

"നിനക്ക് വൈകുന്നുണ്ടോ?" എന്തുപറയണം എന്നറിയാത്തതി ന്റെ അറിവില്ലായ്മ മുന്നിട്ടു കൂടെക്കൂടിയ തണുത്ത ചായ അവൾ ഊറ്റിക്കുടിച്ചു.

"ഡാ, 3 ആഴ്ച എനിക്ക് വൈകി ഡാ."

"വയറുവേദന ഉണ്ടോ നിനക്ക്?" അരുന്ധതി ഡോക്ടറെന്ന പോലെ വിശദാംശങ്ങളിലേക്ക് നീങ്ങി.

കൂടുതൽ വിശദീകരിക്കുന്നത് അപകടമാണെന്ന് മണത്തറിഞ്ഞ് സൂര്യ വിഷയത്തിൽനിന്നും വ്യതിചലിച്ചു.

"ഞാൻ അമ്മയോട് പറയാം, അതാ നല്ലത്. ഇല്ലെങ്കിൽ പിന്നെ വീണ്ടും ലീവ് എടുക്കേണ്ടിവന്നാൽ പഠിത്തം ആകെ കുഴഞ്ഞുമറിയും."

ഉത്തരവാദിത്ത ബോധമെന്നവണ്ണം അരുന്ധതി മൂളിക്കേട്ട് ഉപദേശിച്ചു.

"അതെ, അതാ നല്ലത്. നിന്റെ ബോറൻ റീലുകൾ കുറച്ച് നാളേക്ക് നിന്നുകിട്ടുമല്ലോ."

ആളിക്കത്തുന്ന ചിന്തകൾക്ക് നേരെ ചൂടെണ്ണയുടെ കാത്തുനില്പിനു മേൽ പെയ്ത അകപ്പറമ്പിലെ കറിവേപ്പിലത്തണ്ടിന്റെ നനവോടെയെന്നപോൽ നിൽക്കുന്ന സൂര്യയെനോക്കി രഞ്ജു ചിരിച്ചു.

"എന്താ ഗായു ഒരു ആലോചന?"

"അമ്മേ,"

"ആഹ്." അവിയലിന് അരിഞ്ഞുതള്ളിയ പച്ചക്കറികളെ ഇഞ്ചുകളുടെ വ്യത്യാസത്തിലെ അപാകതയിൽ മുഖം ചുളിച്ച് രഞ്ജു മൂളിക്കേട്ടു.

"എനിക്ക് പീരിയഡ്സ് വൈകുന്നു."

"അതെയോ? വയ്യായ്ക അതാണോ? ഡോക്ടറേ കാണാം." അവൾ രഞ്ജുവിന്റെ മുഖത്ത് ദയനീയമായി നോക്കി.

"അമ്മേ, ഡോക്ടറേ കാണണ്ട."

"എന്തിനാ പേടിക്കുന്നത് മോൾ?" രഞ്ജു അവളെ ചേർത്തുനിർത്തി.

"അല്ലമ്മേ, എനിക്ക് പേടിയാവുന്നു."

"എന്തിന്?"

കുക്കറിന്റെ വിസിൽ മൂന്നടിച്ചു. അവൾ ഗ്യാസ് അണച്ചു സൂര്യയെ കൂട്ടി സ്വീകരണമുറിയിലേക്ക് നീങ്ങി ഫാൻ ഇട്ടു. മഴക്കാലം ആയിട്ടും എന്താ ചൂട്. അമ്മയുടെ മടിയിലേക്ക് ചാഞ്ഞവൾ കണ്ണുകളിലേക്ക് ആർദ്രമായി നോക്കി. മുടിയിഴകളിലൂടെ ഊർന്നിറങ്ങിയ നീണ്ട

വിരലുകൾ അവൾക്ക് സാന്ത്വനത്തിന്റെ ചൂട് നൽകി.

“ഞാൻ ഗർഭിണി ആണോ എന്ന് സംശയിക്കുന്നു അമ്മേ.”

വിരലുകൾ ഒരുനിമിഷം ചലനമറ്റതായി രഞ്ജുവിനു തോന്നി.

“എന്തൊക്കെയാണ് നീ ഈ പറയുന്നത് ഗായു!!?” അവൾ സ്വയം ലഘുവാക്കാൻ ശ്രമിച്ചു തന്നെ ഒതുക്കി.

“എന്താണ് ഗർഭ ധാരണം? എന്താണ് ആർത്തവചക്രം? ഇതൊക്കെ നമ്മൾ സംസാരിച്ചിട്ടുള്ള കാര്യങ്ങളാണ്.”

“അതെ, അതാണമ്മേ...”

“അല്ല, മെൻസസ് വൈകിയാൽ അതു ഗർഭധാരണം ആകുന്നതെങ്ങനെയാണ്? ഇത്രക്ക് അറിവില്ലാതായോ? വിരൽത്തുമ്പിലല്ലേ വിജ്ഞാനം, നിങ്ങൾക്കൊക്കെ ഒന്നും പറഞ്ഞുതരേണ്ടതില്ലല്ലോ?”

അവൾ മൗനമായി അമ്മയിലേക്ക് കൂടുതൽ ചേർന്നുകിടന്നു.

“ഗായു, എന്റെ മുഖത്തു നോക്കൂ.”

“എനിക്കതിനാകുന്നില്ല അമ്മേ. ഞാൻ ശ്രമിക്കുകയാണ്.”

“എന്താണ് നിന്റെ പ്രശ്നം?”

“അനുരാഗ്.”

“മ്മ്, അനുരാഗ്... അവൻ നിന്റെ കൂടെപഠിക്കുന്ന കുട്ടിയല്ലേ?”

അവൾ മുഖം രഞ്ജിനിയുടെ മടിയിലേക്ക് ആഴ്ന്നിറക്കി ഇരുളിലേക്ക് സഞ്ചരിച്ചു.

“അമ്മേ അബദ്ധം എന്ന് പറയുന്നില്ല. അറിഞ്ഞു ചെയ്തതാണ്.”

ഉള്ളിൽ ആളിക്കത്തുന്ന തീക്കനലിൽ തെയ്യത്തിന്റെ പെരുവണ്ണനാട്ടം രഞ്ജു കണ്ടു. തന്റെ മൗനം അവളെ മുറിവേല്പിച്ചു. അവൾ സാരിത്തലപ്പുകൊണ്ട് വാപൊത്തി.

‘തെക്കിലോട്ടു ഭഗവതി...,’ അവൾ ഇടയാതൊഴുകിയ കണ്ണുനീർ ചാലുകൾ കടിഞ്ഞാണിട്ട് നിർത്തി. നിർത്താതെ അടിക്കുന്ന വീട്ടു ഘടികാരത്തിൽ മണി പന്ത്രണ്ടടിച്ചു. നിർത്തിപ്പോയ സമയപരിധിയുടെ പായ്ക്കപ്പലിന്റെ നങ്കൂരം ഇനിയാരിടും? നീയോ ഞാനോ? ഞാൻ കരഞ്ഞാൽ ഈ കുടുംബം കരയും. വീട്ടമ്മ അങ്ങനെയാണല്ലോ. അവൾ കരഞ്ഞാൽ കുടുംബം കരയും, ചിരിച്ചാൽ കുടുംബം

ചിരിക്കും. രാവിലെമുതൽ ഓരോരുത്തർക്കുംവേണ്ടി നെട്ടോട്ടമോടുമ്പോളും ചിരിക്കാനവൾ ബാധ്യസ്ഥയാണ്. കാരണം, കുടുംബം ചിരിക്കണം അവൾക്കൊപ്പം എന്ന ബോധ്യം.

"ഗായൂ."

"മ്മ്"

"എത്രനാളായി പീരിയഡ്സ് ആവാതെ എന്നാണ് മോൾ പറഞ്ഞത്?"

"3 ആഴ്ച"

"എന്താണുണ്ടായത്? മോൾ പേടിക്കണ്ട, അമ്മയോട് പറയൂ." ഉള്ളിൽ ആയിരം ആഴക്കടലിനെ ഒളിപ്പിച്ചു, കാറ്റും കോളും അടക്കി അവൾ ആ കടലിനുമേൽ മഴ പെയ്യുവാൻ അനുവദിച്ചു.

"അമ്മേ..." അവൾ പൊട്ടിക്കരഞ്ഞു.

"അമ്മേ, അനുരാഗിനെ ഇഷ്ടമാണ് അമ്മേ. അവനെന്നെ ചതിച്ചതല്ല."

"അല്ലായിരിക്കാം. സാരമില്ല, എന്താണ് സംഭവിച്ചതെന്ന് പറയൂ."

"അമ്മ ഇതു വലിയ പ്രശ്നമായാൽ? ഞാൻ രണ്ടാഴ്ചയായി ശരിയായി ഉറങ്ങിയിട്ടില്ല. അമ്മയിൽനിന്നും ഒളിക്കാൻ പാടുപെടുകയായിരുന്നു, എനിക്ക് ഭയമാണമ്മേ."

'ഗർഭധാരണം ഭയപെടുത്തുന്ന ഒന്നല്ല. പക്ഷേ കൗമാര ഗർഭം ഭയപ്പെടേണ്ടത് തന്നെ.'

"ഇതെങ്ങനെയാണ് സംഭവിച്ചത്?"

"ഞങ്ങൾ കൊച്ചിക്ക് അന്ന് കോച്ചിംഗ് ആവശ്യത്തിന് പോയപ്പോൾ..."

"മ്മ്, പോയപ്പോൾ...?"

"ഞങ്ങൾ ഒരു ദിവസ വാടകക്ക് ഫ്ലാറ്റ് എടുത്തു താമസിച്ചു."

"ഒരു ദിവസ വാടകക്കോ?"

"അതെ."

"അങ്ങിനെ ഒന്നുണ്ടോ?"

"അനുരാഗിനറിയാം."

ലോകം എത്ര വികസിച്ചിരിക്കുന്നു. എന്താണ് വികാസം? അവളുടെ കണ്ണിൽ ഭയം ആളിക്കത്തി. അവൾ ചോദ്യം ചെയ്യലിന്റെ നോട്ടം കണ്ണിൽനിന്നും മറച്ചുവച്ച് കളം മാറ്റിയിട്ടുചവിട്ടി.

"അവന്റെ കൈയിൽ നിന്റെ ഫോട്ടോവും വീഡിയോവും ഒക്കെ ഉണ്ടോ?"

"ഏയ് ഇല്ലമ്മേ. അതൊന്നുമില്ല. ഞാൻ ഒന്നും അയച്ചിട്ടില്ല."

'വിശ്വാസമില്ലായ്മയുടെ തിരിച്ചറിവിന് പ്രണയമെന്ന തുറുപ്പുചീട്ടിൽ വിവേകത്തിന് ഇടമില്ലല്ലോ.'

"ആ ഫ്ലാറ്റ് ആരുടേതാണ്?"

"അറിയില്ല."

ആഞ്ഞുതിരിയുന്ന പങ്കക്ക് കീഴേയും വിയർത്തു. കക്ഷം ബ്ലൗസിന്റെ നനവിൽ പടർന്നു. എനിക്കിനി എന്താണ് വേണ്ടതെന്നറിയുന്നില്ലല്ലോ? ഏതെങ്കിലും റാക്കറ്റ് ആണോ? ഇവർ ഇരുവരെയും ചതിച്ചതാണോ? രഞ്ജു ചിന്തിച്ചു.

"അച്ഛൻ, അച്ഛനെക്കുറിച്ച് നീ ഓർത്തുവോ ഇതൊക്കെ ചെയ്യും മുൻപ്? ഞാൻ അദ്ദേഹത്തോട് എന്താണ് പറയുക? ഞാൻ പറയില്ല. അദ്ദേഹം ഒന്നുമറിയണ്ട. നോക്കു സൂര്യ. അമ്മയെ നോക്കു."

അവൾ കണ്ണീർതുടച്ച് സൂര്യയുടെ കണ്ണുകളിലേക്ക് നോക്കി.

അന്നത്തെ പത്രം ചൂടുള്ള സ്ത്രീ സ്വാതന്ത്ര്യത്താൽ വെണ്ടയ്ക്ക അക്ഷരങ്ങളിൽ അവർക്കിടയിൽ പലതും പുലമ്പി മേശയിൽനിന്നും താഴേക്ക് പതിച്ചു.

"മോൾക്ക് ഒന്നും സംഭവിച്ചിട്ടില്ല. നമ്മൾ അച്ഛനോടിതൊന്നും പറയില്ല. അനുരാഗിന്റെ നമ്പർ ഉണ്ടോ നിന്റെ കൈയിൽ?"

"ഉണ്ട്. അനുരാഗിനോട് അമ്മ എന്താണ് സംസാരിക്കാൻ പോകുന്നത്? എനിക്ക് ഭയമാകുന്നു. അവൻ ഇതൊന്നും പ്രതീക്ഷിച്ചുകാണില്ല."

"സാരമില്ല, ഞാൻ സംസാരിച്ചുകൊള്ളാം." അവൾ മൊബൈലിൽനിന്നും നമ്പർ അന്വേഷിച്ചു.

"ഇതിൽ അനുരാഗിന്റെ നമ്പർ ഇല്ലല്ലോ ഗായു?"

അവൾ അനു എന്ന പേരിൽനിന്നും നമ്പർ എടുത്ത് രഞ്ജുവിനു

നേരെ നീട്ടി.

"അനു! അല്ലേ? പെൺ പേര്. ആരും സംശയിക്കില്ലല്ലോ, അല്ലേ ഗായു? നിങ്ങൾക്കൊക്കെ ബുദ്ധിയുണ്ട്. അതിബുദ്ധിയാണെന്ന് മാത്രം."

അനുരാഗ്, എന്റെ മകളുടെ രാഗം. അവിടന്ന് തുടങ്ങേണ്ടിയിരിക്കുന്നു ഈ കുരുക്കഴിക്കാൻ. ഇത് ഒരു ചതുരംഗകളിയാണ്. ഞാനും ജീവിതവും തമ്മിൽ. കളത്തിൽ ഞാൻമാത്രം മതി. ബാക്കിയുള്ളവർ അണിയറയിൽ വിശ്രമിക്കട്ടെ. ഞാൻ കളിക്കും കളി ഇനി.

"അനുരാഗ് മോനെ. സൂര്യയുടെ അമ്മയാണ്. മോനിന്ന് ഒഴിവാണെങ്കിൽ വൈകിട്ട് കോഫി ഹൗസുവരെ ഒന്ന് വരാമോ? ഒരു കാര്യം സംസാരിക്കാനുണ്ടായിരുന്നു."

തിരക്കിട്ടോടിക്കൊണ്ടിരുന്ന വണ്ടി അരികിലാക്കി അവൻ ഹെൽമെറ്റ് ഊരി.

"എന്താ ആന്റി? എന്താ വിശേഷിച്ച്?"

"ഒന്ന് വരൂ, ഞാൻ അവിടെ ഉണ്ടാകും."

സൂര്യ ഇന്ന് സ്കൂളിൽ വന്നില്ല. അമ്മ, കോഫി ഹൗസ്. അനുരാഗ് ചേർത്തുവായിച്ചു. എന്താണ് അവർ സംസാരിക്കാനുദ്ദേശിക്കുന്നത്? സൂര്യയെ വിട്ടുകലൂ എന്ന ശാസന, അല്ലെങ്കിൽ അപേക്ഷ. അതിലപ്പുറം ഒരമ്മക്ക് എന്താണ് പറയുവാനുണ്ടാവുക? ഒരു കൗമാര കാമുക ഹൃദയത്തോടുള്ള ഭീഷണി എന്നവണ്ണം വീട്ടുകാരുമായി സംസാരിക്കും എന്ന് വേണമെങ്കിൽ അധികപക്ഷം സംസാരിച്ചേക്കാം.

ട്രെയിൻ സത്രൻഗച്ചി ജംഗ്ഷൻ കടന്ന് ഹൗറയിലേക്ക് നീങ്ങും തോറും സ്റ്റീൽപെട്ടികളുമായി ചിലർ അവർക്കരികെ സ്ഥാനം പിടിച്ചു. ചവച്ചുതുപ്പിയ പാൻ കറയുടെ പാടുകളുമായി ചുണ്ടുവിരൽ കൊണ്ടൊരുവൾ സൂര്യയെ തൊട്ടുവിളിച്ചു.

"നീങ്ങിയിരിക്ക്."

സൂര്യ ഞെട്ടിയുണർന്നു.

"അമ്മേ ഇവരെന്താണ് പറയുന്നത്?"

സൂര്യവെളിച്ചം കർട്ടനിലൂടെ അരിച്ചിറങ്ങി ചായക്കോപ്പയുടെ നീരാവിക്കുമേൽ പാട കെട്ടിത്തുടങ്ങിയ നേരത്തിൽ അനുരാഗ് അക്ഷമനായി എത്തി നോക്കി. ആന്റി 21-ാം നമ്പർ ടേബിളിലാണ് ഇരിക്കേണ്ടത് എന്നാണല്ലോ പറഞ്ഞത്? വരാത്തത് എന്താ?

നീട്ടിവച്ച കാലടികളാൽ അവൾ കറുത്ത അഞ്ചുമടക്കുകുട ബാഗിൽ തിരുകി അകത്തേക്ക് പ്രവേശിച്ചു. ഒരു നീണ്ട നിശ്വാസ ത്താൽ ഒരു നിമിഷം അവൾ സ്വയം വിലയിരുത്തി. കരയരുത് രഞ്ജിനി. കരയാൻ ഇനിയും മുഖങ്ങൾ ഉണ്ട്. പ്രതിസന്ധികൾ ഉണ്ട്. അനുരാഗ് പ്രതീക്ഷയോടെ അവളെ നോക്കി.

"ഇരിക്കൂ... ആന്റി വരില്ലെന്ന് കരുതി." അവൻ അവളെ സ്നേഹ ത്തോടെ ആനയിച്ചു. ഞാൻ ആദ്യമായാണ് അവരെ കാണുന്നത്. എത്ര മൃദുലമായ സമീപനം ഇവർക്ക്. ഒരു പ്രതീക്ഷയുടെ തിരിനാളം ഉള്ളിലെവിടെയോ തെളിഞ്ഞു. ഞാൻ പറയുന്നത് അവർക്ക് മനസി ലാകുമായിരിക്കാം.

"മോൻ മഴകൊണ്ടുവോ?"

"ഇല്ല ആന്റി."

"മോൻ എനിക്കൊരു ചായ പറഞ്ഞേ." അവൾ മുടിയിഴകളെ സാരിത്തലപ്പിനാൽ തഴുകി.

"ആന്റി, സൂര്യക്ക് വയ്യേ?"

"വയ്യായ്ക ഒന്നുമില്ല, പഠിക്കയാണ്."

"വാട്സ്ആപ്പിൽ സംസാരിച്ചപ്പോൾ മറുപടി ലഭിക്കാത്തപ്പോൾ... ഞാൻ..."

'അനുവിന് മറുപടി തരാനാണല്ലോ ഞാൻ വന്നിരിക്കുന്നത്, അതും ഒറ്റക്ക്.'

അവൻ ചൂടുള്ള ചായക്കോപ്പ ചുണ്ടോടടുപ്പിച്ചു.

"എനിക്ക് മോനോട് ഒരു ദേഷ്യവുമില്ല." മുഖവുര ഇല്ലാതെ തന്നെ രഞ്ജിനി വിഷയത്തിലേക്ക് കടന്നു.

"മോന്റെ വീട്ടുകാരോടും ഞാൻ സംസാരിക്കില്ല. മോൻ സൂര്യയെ തന്നെ പ്രണയിക്കണം. അവളുടെ അച്ഛനോട് ഞാൻ സംസാരിക്കാം."

അവൻ ആശ്ചര്യത്താൽ മിഴികൾ തുറന്നുവെച്ചാണ് ആ വാക്കു കൾ കേട്ടത്. ഞാൻ തയ്യാറാക്കികൊണ്ടുവന്ന ചോദ്യാവലിയുടെ

ഉത്തരപട്ടിക ഇനി എന്താണ് ചെയ്യേണ്ടത്?

"ഇപ്പോൾ നിങ്ങൾ കുറച്ച് പ്രതിസന്ധിയിലാണെന്ന് മനസ്സിലാക്കിയത് കൊണ്ട് വിളിപ്പിച്ചുവെന്നേയുള്ളൂ. സൂര്യയുടേതായി മോന്റെ കൈവശമുണ്ട് എന്ന് പറഞ്ഞ ആ ചിത്രങ്ങൾ മാത്രം നമുക്ക് പിരിയും മുൻപ് കൈമാറാം."

ചൂടായി വന്ന മസാല ദോശയിലേക്ക് ചട്ണികൾ ചേർത്ത് വച്ചു കൊടുത്ത് അവൾ സൗമ്യമായി ചിരിച്ചു.

"കഴിക്കൂ ആന്റി. അതു പിന്നെ... അതു ഞാൻ സൂക്ഷിച്ചിട്ടില്ല ആന്റി."

"ഞാൻ ഒരു നേർ രേഖയാലെന്നപോലെയാണ് മോനോട് പെരുമാറുന്നത്. അനുരാഗിൽനിന്നും അത് പ്രതീക്ഷിക്കുന്നു." അത് ഒരു അമ്മയുടെ ഉറച്ച സ്വരമായിരുന്നു. അവനത് തള്ളിക്കളയാൻ ആത്മധൈര്യം കൈവന്നില്ല.

"മോന്റെ കൈയിൽ 10 ചിത്രങ്ങൾ ഉണ്ടെന്നാണല്ലോ അവൾ പറഞ്ഞത്, അതു ഇപ്പോൾ അയച്ചുതന്നേക്കൂ മോൻ."

"എന്റെ കൈയ്യിൽ ഒന്നുമില്ല ആന്റി. അവൾ അയച്ചിട്ടുണ്ട്, പക്ഷേ ഞാൻ സൂക്ഷിച്ചിട്ടില്ല, അതാണ് സത്യം."

എത്ര മായ്ച്ചാലും ഒരിക്കൽ പതിപ്പിച്ചാൽ മുഖത്തുനിന്നും മുദ്ര മാറാത്ത രണ്ടേ ഉള്ളൂ: കാപട്യവും സിന്ദൂരവും. അവൾ മുന്നോട്ടുവച്ച പെണ്മയുടെ പോരാട്ട വീര്യത്തോട് കൈകോർക്കുക എന്നത് അനുരാഗിന് അനിവാര്യത മാത്രം.

"ഞാൻ ഒരുവിധത്തിലും സൂര്യയെ ചതിക്കില്ല."

നേർത്ത ചൂണ്ടുവിരൽ ചായക്കോപ്പ പിടിയിലെ ദ്വാരത്തിലൂടെ കത്തി അവൾ മൂളി.

"ആ ഫ്ലാറ്റ് ആരുടേതായിരുന്നു മോനെ?"

അവൻ ഞെട്ടിത്തരിച്ചു. ശരീരമാസകലം കനൽ മഴ പെയ്യുന്ന പോലെ.

"എനിക്ക് തെറ്റ് പറ്റിയതാണ് ആന്റി. അവളെ എന്നിൽനിന്നും അകറ്റരുത്." അവന്റെ കണ്ണുകൾ നിറഞ്ഞൊഴുകിയത് കാണാതിരിക്കുവാൻ അവൻ മറുവശത്തെ ചതുര വെളിച്ചങ്ങളിലേക്ക് അവയെ ഒളിച്ചോടാൻ അനുവദിച്ചു.

"അതു ഒരു പരിചയക്കാരൻ സുഹൃത്തിന്റേതാണ്. അവരുടെ

അച്ഛനും അമ്മയും അപ്പോൾ നാട്ടിലുണ്ടായിയിരുന്നില്ല. എൻട്രൻസ് ആവശ്യത്തിന് പണം മുടക്കി പുറത്തുതാമസിക്കുന്നതൊഴിവാക്കാൻ എനിക്ക് സൗകര്യം ഒരുക്കിത്തന്നതാണ്."

"വിശ്വസനീയമായ നുണ, അല്ലേ മോനെ?" അവൾ അവനെ ദൃഷ്ടിയുടെ കൂരമ്പുകളാൽ കുത്തിനോവിച്ചു.

"അല്ല, സത്യമാണ്. എനിക്ക് സുരക്ഷിതത്വം ഉറപ്പുള്ളതിനാലാണ് ഞാൻ സൂര്യയെ അങ്ങോട്ട് കൊണ്ടുപോയത്."

"അനുരാഗ്... സൂര്യ ഗർഭിണിയാണ്."

അവൻ താൻ ശ്വസിക്കുന്നുണ്ടെന്ന് ഉറപ്പുവരുത്തും വണ്ണം ഹൃദയത്തിലേക്ക് കൈ ചേർത്ത് വച്ചു.

"ഞാൻ എന്താണ് ചെയ്യേണ്ടത്? ആന്റി പറഞ്ഞാൽ മതി."

അവൾ സ്നേഹലാളനയോടെ അവന്റെ കൈയിൽ തലോടി.

"മോൻ, പേടിക്കണ്ട. നിങ്ങൾ ആഗ്രഹിച്ചുചെയ്ത ഒരു കാര്യം, അതു തെറ്റാണ്. ഇങ്ങനെയൊക്കെ ആയി. അന്യന്റെ വീട്ടിലെ പഞ്ചസാരയെ ഉപ്പാണ് എന്ന് പരദൂഷണം പറയാൻ നാവേറെയുള്ള ജനങ്ങളാണ് നമുക്ക് ചുറ്റുമുള്ളത് എന്ന് നിങ്ങൾ മറക്കരുത്. നിങ്ങളെ താങ്ങാൻ ഞാൻ അല്ലാതെ മറ്റാരുമുണ്ടാവില്ല. ഞാൻ ആ ഗർഭം അലസിപ്പിക്കും. എനിക്കെന്റെ മകളെ തിരിച്ചുവേണം. ഇതെന്റെ തീരുമാനം ആണ്. അവൾ എതിർത്താൽ, ഞാൻ മറ്റ തീരുമാനമെടുക്കും. നീ അത് സംസാരിച്ചു അവളെ സമ്മതിപ്പിക്കണം. ഇല്ലെങ്കിൽ ഞാൻ ഒരു തവണ കൂടി നിന്നെ കാണാൻ വരും. പിന്നെ നമ്മൾ രണ്ടാളും അസ്തമയം കാണില്ല."

ഇത്രയും വടിവൊത്ത വരികൾ അവൻ ജീവിതത്തിൽ കേട്ടതായി പോലും ഓർമ്മയിലില്ല.

"ഞാൻ പറയാം. എന്നിൽ നിന്നകറ്റരുത് എന്ന വാക്ക് അമ്മ തരുമോ?"

അമ്മ... ആ വിളിയുടെ വ്യാപ്തിക്ക് ദൈർഘ്യമേറെയാണ്.

"അകറ്റില്ല, അടുക്കുകയുമില്ല." അവൾ എഴുന്നേറ്റു നടന്നകന്നു. ആ ഇടം ശൂന്യമായി. ആ വെളിച്ചത്തിൽ അകലുന്ന സ്ത്രീ രൂപത്തെ അവൻ നോക്കി നിന്നു.

ജീവിത കാൽവയ്പ്പിൽ മണ്ണുകലരാത്ത വിണ്ടുകീറാത്ത നനഞ്ഞ മണ്ണിനാൽ മോഹിപ്പിക്കപ്പെട്ടുമെങ്കിലും, സുതാര്യവും തെളിവുറ്റതു

മായ അതിലേക്കുള്ള കാഴ്ചയുടെ ബഹുദൂരം വിള്ളലിന്റെ വേരറ്റങ്ങൾ പാദങ്ങളിൽ തടഞ്ഞുവെന്നു വരാം. ഞാൻ നിന്നോടൊപ്പം ചേർന്നുണ്ട് എന്ന ബോധ്യമല്ല നിന്നെ നയിക്കേണ്ടത്, അതിലുപരി നീ നിന്നിൽതന്നെ വളരുകയാണ് എന്ന ബോധ്യമാണ്. അതിലേക്കായാണ് ഞാൻ നിന്നെ ചാരു എന്ന മഹാമേരുവിലേക്ക് അടുപ്പിക്കുന്നത്. കൈലാസ പർവ്വതത്തെ എന്നപോൽ നീ വിസ്മയത്തിൽ നിന്നും ശാന്തതയിലേക്കുള്ള പ്രയാണം ചാരുവിൽനിന്നും തുടങ്ങുന്നത് അനുചിതം.

വിരലിട്ടുവറ്റിയ കൗമാര നനവുകളുടെ യോനീദ്വാരങ്ങളെയല്ല ഒരു പെണ്ണിന്റെ പാതിവ്രത്യം അളക്കാനായ് തിട്ടപ്പെടുത്തേണ്ടത്. എങ്കിൽ ഈ നാട് ഒളിഞ്ഞും തെളിഞ്ഞും വെളിപ്പെടുന്ന കൗമാര ഗർഭങ്ങൾ അലസിപ്പിക്കലിന്റെ നഗ്നസത്യങ്ങളെ കന്യകാത്വത്തിന്റെ ഏതു വകുപ്പിൽ കൊള്ളിച്ചുമാറ്റിനിർത്തും? എന്റെ മകളടക്കമുള്ളവരുടെ സുരക്ഷിതത്വം. സ്വയം തേടിപ്പോകുന്ന വിനകൾക്ക് വഴിയൊരുക്കികൊടുത്ത് കണ്ടുരസിക്കുന്ന ലോകത്തോട് ഒരമ്മയ്ക്കും പരാതിയില്ല. പരാതിപ്പെട്ടാൽ നഷ്ടപെടുന്ന ജീവിതങ്ങളെ പകരം വെക്കാൻ ലോകം കൈമലർത്തിയ ചരിത്രമല്ലേ ഇന്നുള്ളത്. പേരില്ലാത്ത ഇരകൾക്ക് എന്ത് കൗമാരവും യൗവനവും മധ്യവയസ്കതയും? എനിക്ക് ഇവിടെനിന്ന് സഞ്ചരിക്കണം, എന്റെ മകളെ രക്ഷിക്കാനായി. എന്റെ നീക്കിയിരിപ്പുകളോ, ബാക്കിവയ്പ്പുകളോ ഞാൻ കണക്കെടുക്കുന്നില്ല.

റയിൽപാളങ്ങളിൽ ട്രെയിൻ പതുക്കെ വഴി വിരിവച്ചവരെതാണ്ടി കടന്നുപോകുമ്പോഴും ഇമവെട്ടാതെ ആ സ്ത്രീ ഹൃദയം നിശ്ചയ ദാർഢ്യത്തിന്റെ കരങ്ങൾ ജാലകക്കമ്പികളിൽ ആഞ്ഞു മുറുകെ പിടിച്ചു.

"അമ്മേ, എത്തിയിരിക്കുന്നു. ഇവിടെയല്ലേ ചാരുവമ്മ ഇറങ്ങാൻ പറഞ്ഞത്?"

"അതെ, ഞാൻ അവളെ വിളിച്ചുനോക്കട്ടെ." അതിനുമുൻപേ അവരെ കണ്ടുവെന്നുറപ്പുവരുത്തികൊണ്ട് ചാരുവിന്റെ വിളിവന്നു.

"സാവകാശം ഇറങ്ങിയാൽ മതി, തിരക്കൊഴിയട്ടെ."

അവിടെ ട്രങ്ക് പെട്ടികൾ ഇറക്കാൻ മാർവാടികൾ ധൃതി കൂട്ടുന്നത് സൂര്യ നോക്കിനിന്നു. തുണി വ്യപാരി, 33 ചെറുജില്ലകളുള്ള ആസാം സംസ്ഥാനത്തിന്റെ നിനവും നോവുമറിഞ്ഞ് ഒരു മലയാളി യുവതി. വർഷങ്ങൾക്കുമുൻപ് തന്റെ കുടുംബത്തെ വിട്ടകന്നുജീവി

ച്ചവെങ്കിൽ അതിനെന്തായിരിക്കും കാരണം?

"ചാരു."

രഞ്ജു ചൂണ്ടിക്കാണിച്ചിടത്തേക്ക് അവൾ ആകാംക്ഷയോടെ എത്തി നോക്കി. തന്റെ നിഗമനങ്ങളെയെല്ലാം കീഴ്മേൽ മറിച്ചുകൊണ്ട് ആ പെൺമുഖം പുഞ്ചിരിച്ചുകൊണ്ട് പ്ലാറ്റ്ഫോമിൽ അവരെ പ്രതീക്ഷിച്ചു നില്ക്കുന്നുണ്ടായിരുന്നു.

"ഇതാണ് ചാരു. സൂര്യ കണ്ടോ?" രഞ്ജു വിരൽ ചൂണ്ടിയതിന്റെ സൂചന അറിയിച്ചുകൊണ്ട് ചാരു കൈവീശി കാണിച്ചു.

കൈവശമുള്ള ബാഗുകൾ ശ്രദ്ധാപൂർവ്വം ഇറക്കിവയ്ക്കുവാൻ ശ്രമിച്ചുകൊണ്ട് തങ്ങളെ പ്രതീക്ഷിക്കുന്ന മക്കളുടെ വരവിൽ നഷ്ടബോധത്തോടെ ഇറങ്ങാൻ തുടങ്ങിയ വാർദ്ധക്യത്തെ ചാരു കൈപിടിച്ച് കൂട്ടിക്കൊണ്ടുവന്നു, തിണ്ണയിലിരുത്തി തിരിഞ്ഞുനോക്കി. രഞ്ജുവിന്റെ കണ്ണുകൾ നിറഞ്ഞത് അവൾ തെല്ലമർഷത്തോടെ ശാസിച്ച് അവരെ വരവേറ്റു.

"ഇനിയും നിർത്താനായില്ലേ ഈ കണ്ണുനീർ?"

അമ്മേയ്ക്ക് പുറകിൽ അപരിചിതത്വത്തിന്റെ കരിന്തിരി കത്തിയ നിലവിളക്കിന്റെ ഗന്ധംപോലെ സൂര്യ നീങ്ങിനിന്നു.

"നിനക്ക് ചെറിയമ്മയെ അറിയാമോ?" ചാരു സൂര്യയുടെ കൈപിടിച്ച് മുന്നോട്ടുനിർത്തി.

'ഇല്ല' എന്നവൾ തലകുലുക്കി സമ്മതിക്കേണ്ടിവന്നു.

"അറിയണ്ട, അതാണ് നല്ലത്. ഇനി അറിയാമല്ലോ." അവൾ സൂര്യയെ ചേർത്തിനിർത്തി ചിരിച്ചുകൊണ്ട് നെറുകയിൽ ചുംബിച്ചു.

"നിന്റെ അമ്മയെപ്പോലെ കരയരുത്, മനസ്സിലായോ?"

"മ്മ്..." അവൾ മൂളിക്കേട്ടു.

ബാഗുകൾ ഒരു ഭീമാകാരൻ വണ്ടിക്ക് അകത്തേക്ക് വീശിയെറിഞ്ഞപ്പോൾ സൂര്യ ചുറ്റും കണ്ണോടിച്ചു. ഡ്രൈവർ ചായ കുടിക്കാൻ പോയതായിരിക്കും. വലതുവശത്തെ ജീപ്പിന്റെ കണ്ണാടിയിലൂടെ നോക്കി ചാരു ഹോൺ പതുക്കെ ഒന്നമർത്തി.

"വരുന്നില്ലേ?"

ഈശ്വരാ! ഈ വണ്ടി ചെറിയമ്മയാണോ ഓടിക്കാൻ പോകു

ന്നത്? നാട്ടിൽ ഇരുചക്ര വാഹന ലൈസെൻസ് എത്രകാലമായി അമ്മയെക്കൊണ്ടെടുപ്പിക്കാൻ ഞാൻ പുറകെ നടക്കുന്നു. അവൾ അതിശയത്തോടെ നോക്കി.

പതുക്കെ മുൻസീറ്റിൽ പടിയിലേക്ക് കാലെടുത്തുവെക്കാൻ ശ്രമിക്കുമ്പോൾ രഞ്ജുവിന്റെ ഉള്ളിലെ അമ്മ തേങ്ങി.

"സൂര്യ... പതുക്കെ."

ചാരു സൂര്യയെ സൂക്ഷിച്ചുനോക്കി.

"സൂര്യ..." ഉറച്ച ആ ശബ്ദം അവളുടെ സകല നാഡികളെയും ഉണർത്തി.

"ഒരു കാൽ ആ പടിയിൽ ഉറപ്പിച്ചുവെച്ച് ആഞ്ഞുകേറി ഇരിക്കു. ജീവിതത്തിന് ഒറ്റ കുതിപ്പേ വേണ്ടൂ, ഉറച്ച കുതിപ്പ്."

അവൾ ദീർഘനിശ്വാസത്തിൽ ആത്മവിശ്വാസം കൈക്കൊണ്ട് ആഞ്ഞു. യോനിയിൽനിന്നും ഗർഭപാത്രത്തിലേക്ക് നാഡികൾ വലിഞ്ഞുമുറുകുംപോലെ. പ്രിയപ്പെട്ട മുഖങ്ങളെല്ലാം കണ്ണിൽ തെളിഞ്ഞു. അച്ഛൻ, അമ്മ..., അനുരാഗ്.

ഞാൻ ഒരു മാറ്റത്തിനായാണ് വന്നത്. ആ മാറ്റത്തിന്റെ പേറ്റുനോവിൽ പൊട്ടിയൊലിച്ച ഗർഭദ്രവം കണക്കെ പേറാതെ പോയ എന്റെ ഭൂതകാലം ഒഴുകിയൊലിക്കട്ടെ. എന്റെ കുതിപ്പ് ഭാവിയുടെ ആർത്തവ ജീർണരക്തങ്ങളുടെ നനവിൽ മുളച്ച പ്രതീക്ഷയുടെ നാമ്പുകളിലാകട്ടെ.

"ചെറിയമ്മേ."

"മ്മ്..."

"ഇവിടെ അടുത്താണോ നമ്മൾ താമസിക്കാൻ പോകുന്നത്?"

"ആഹാ, അപ്പോൾ രഞ്ജു, നീ ഒന്നും പറഞ്ഞിട്ടില്ലേ അവളോട്?"

രഞ്ജു തല താഴ്ത്തി കേട്ടതായി ഭാവിക്കാതെ മൊബൈലിൽ സന്ദേശമയച്ചുകൊണ്ടേയിരുന്നു.

'ഏട്ടാ, ഞങ്ങൾ ഇവിടെ സുരക്ഷിതമായെത്തി. ചാരു വന്നു. ഞങ്ങൾ അവളുടെ വീട്ടിലേക്ക് പോകുകയാണ്. സൗകര്യംപോലെ വിളിക്കാം.'

നഗരം വൈവിധ്യമാർന്ന പല കാഴ്ചകളും സൂര്യയിലേക്ക്

പകർന്ന് വാഹനത്തെ മുന്നോട്ടുനീക്കി. വലിയ അക്ഷരത്തിൽ എഴുതിയ ആസാമീസ് മൊഴിയിൽ കണ്ട വഴി സൂചകത്തെ അവൾ മൊബൈലിൽ പകർത്തി. ഗൂഗിൾ വിവർത്തന സഹായി വഴി തിരിച്ചറിയാൻ ശ്രമിക്കുന്നതിന്റെ തലമുറ മാറ്റത്തിന്റെ ചേർത്തുവയ്പ്പുകളെ ചാരു ഇടം കണ്ണിട്ടു നോക്കി. അക്ഷരങ്ങളെ കുന്നിക്കുരുവെന്നപോൽ ഒന്നൊന്നായി പെറുക്കാനാകാതെ ഇരുകൈകളാലും വാരിയെടുത്ത് ആകാശത്തിലേക്ക് വിതറിയതെന്നപോലത്തെ ആസാമീസ് ലിപിയെ അവൾ സശ്രദ്ധം നോക്കി.

'മഹാ പുരുഷ ദാമോദര ദേവ വീഥി.'

"നോക്കു അമ്മേ, ഇവിടത്തെ വഴികളുടെ ഒക്കെ പേരുകൾ എത്ര വിചിത്രമാണ്. എത്ര വലുതാണ്!" അവൾ വിപുലമായ ലോകത്തേക്ക് യാത്ര ചെയ്യുമ്പോൾ ലഭിക്കുന്ന അറിവിന്റെ സൂചനകൾ അതിൽ നിഴലിച്ചു. ഒരു പെൺകുട്ടിയുടെ യാത്ര, അധികപക്ഷ അറിവ് തന്റെ വീട്ടിൽനിന്നും സ്കൂളിലേക്കോ കോളേജിലേക്കോ അമ്മവീട്ടിലേക്കോ മാത്രമൊതുങ്ങുന്ന ഒരു പ്രത്യേകതരം പാരമ്പര്യ വ്യാധി കേരളത്തിൽ മാത്രം കണ്ടുവരുന്ന ഒന്നാണ്. അതിനപ്പുറം വ്യാപിക്കാത്ത ലോകത്തെ ഇടിഞ്ഞുവീണ കിണറിൽ മുകളിലേക്ക് നോക്കി ആകാശം കാണുന്ന തവളക്കുഞ്ഞുങ്ങൾക്കാണ് ശരി തെറ്റുകളുടെ വ്യാപ്തി അറിയാതിരിക്കുന്നത്.

സ്വതന്ത്രമായി സഞ്ചരിക്കാൻ സുരക്ഷിതത്വം ഇല്ലാത്ത കാലം വരേയ്ക്കും നിങ്ങൾ തവളക്കുഞ്ഞുങ്ങളായിതന്നെ നിലനില്ക്കേണ്ടതാണെന്ന് ഇതിനാൽ പ്രഖ്യാപിച്ചുകൊള്ളുന്നു എന്ന് ഒരു സ്ത്രീ പോരാട്ടവീര്യത്തിന്റെ ഉടലിൽ ലോകത്തിന്റെ വലുപ്പമുള്ള പ്രതിമ എന്ന പട്ടം ചാർത്തിക്കിട്ടാത്ത ഒരിടത്തിനു താഴെ അടിക്കുറിപ്പ് എഴുതാവുന്നതാണ്.

ഇടത്തോട്ടും വലത്തോട്ടും തിരിയുന്ന വണ്ടി വളയത്തെ നോക്കി അവൾ പതുക്കെ ചാരുവിലേക്ക് അടുക്കാൻ ശ്രമിച്ചു.

"നമ്മുടെ വീട് കുറെ ദൂരെ ആണോ യിൽനിന്നും ചെറിയമ്മേ?"

ചാരു അവളെ ചേർത്ത് ഇരുത്തി.

"നമ്മൾ കാലിബോർ എന്ന സ്ഥലത്താണ് താമസിക്കുന്നത്. അവിടെ ഈ കൊച്ചുരാജകുമാരിക്കൊരു കുഞ്ഞുകൊട്ടാരം ഉണ്ട്. കിളികളും, പൂക്കളും, കാറ്റും വെളിച്ചവും ഒക്കെയുള്ള ഒന്ന്. ഈ രാജകു

മാരിക്ക് ആടിപ്പാടി ഉല്ലസിക്കാൻ അവിടെ ഞാൻ ഒരു മുറി ഒരുക്കിയിട്ടുണ്ട്. നിനക്ക് കൂട്ടിനൊരു കൂട്ടുകാരിയേയും ഞാൻ കണ്ടെത്തിയിട്ടുണ്ട്, ഷീല. നിന്റെ അതേ പ്രായത്തിൽ നമ്മുടെ തോപ്പിൽ പണിക്കുവന്നതാണവൾ. ഇന്നവൾ എന്നോടൊപ്പമുണ്ട്. നിനക്കവളുടെ ഒപ്പം നല്ല കുറെ ദിവസങ്ങൾ പങ്കുവെക്കാം. അമ്മ കുറച്ചുനാൾ എന്നോടൊപ്പം വിശ്രമിക്കട്ടെ. അല്ലേ രഞ്ജു?" ചാരു ചിരിച്ചുതലയാട്ടി.

വിഷാദം നിഴലിച്ച ഉറക്കമില്ലായ്മയുടെ കരിനിഴൽ പരന്ന രഞ്ജുവിന്റെ കണ്ണുകളെ ചാരു വിഷമത്തോടെ നോക്കി.

'കൂടപ്പിറപ്പിനേ നോവുമ്പോൾ ഗർഭപാത്രത്തിന്റെ വിളി കേൾക്കു.'

ഇളംകാറ്റ് വീശിയ ചെറുചായത്തോപ്പുകളെ താണ്ടി അവരുടെ വാഹനം ഒരു പാമ്പും കോണിയും കളിയിലെന്നപോലെ മുകളിലേക്കും താഴേക്കും വളഞ്ഞും തിരിഞ്ഞും ഓടി വഴികളിലൂടെയെല്ലാം കടന്നുപോയതിൽ മാറ്റമില്ലാത്ത ചുറ്റുപാടുകളിൽ ആഡംബരം തൊട്ടുതീണ്ടിയിട്ടില്ലാത്ത ചെറുവീടുകളിൽ മുറ്റത്തിരുന്നു പാക്ക് വെട്ടുന്ന മുത്തശ്ശിമാരെയും ചെറു ഷീറ്റിട്ട കടമുറികളെയും നീണ്ട അടയ്ക്കാ തോട്ടങ്ങളെയും താണ്ടി വഴിയകന്നു.

ദൂരെ കിണറിൽനിന്നും വെള്ളം കോരി മൺപാനകളിലും ചെമ്പുകുടങ്ങളിലുമായി നിറച്ച് തലയിലും കൈയിലും ഭാരമേന്തി തലയിലൂടെ പുതച്ച ആ നിറങ്ങളുള്ള മിന്നൽ പതിപ്പിച്ച സാരിത്തലപ്പ് ചുണ്ടിൽ അമർത്തിപ്പിടിച്ച ഒരു സ്ത്രീ ആസാമി മൊഴിയിൽ ചാരുവിനോട് കുശലാന്വേഷണങ്ങൾ നടത്തി, സൂര്യയെ നോക്കി ചിരിച്ചു.

കൈയിലെ ചേമ്പിനു സമാനമായ ഏതോ ഒരു ഇലത്തുമ്പിൽ പൊതിഞ്ഞ തേനൂറുന്ന മധുര നെല്ലിക്കകളിൽ ഒന്നെടുത്ത് അവൾക്ക് നേരെ നീട്ടി. ചാരു സ്നേഹത്തോടെ അത് വാങ്ങുവാൻ ആവശ്യപ്പെട്ടുകൊണ്ട് വാഹനം മുന്നോട്ടു നീക്കി.

"ഇതാണ് ഇവിടത്തെ മനുഷ്യർ സൂര്യ. അവർക്ക് ആരെന്നും എന്തെന്നും അറിയണമെന്നില്ല സ്നേഹിക്കാൻ. അങ്ങനെയാണ് ഒരു കാലത്ത് അവർ എന്നെ സ്നേഹിച്ചതും."

അവൾ ഇളം വെയിലേറ്റ തന്റെ വിരൽത്തുമ്പിനെ വാഹനത്തിലെ ഗാനമാധുരിക്കൊപ്പം താളംപിടിച്ചു. ചാരുവിനെ സ്നേഹത്തോടെ നോക്കിക്കൊണ്ടവൾ ആ തേൻ നെല്ലിക്കയിൽ കടിച്ചു.

എന്ത് മധുരം. അനുഭവം തേനൂറുന്ന സ്വാദ്.

"ചെറിയമ്മ ഇവിടെ എന്ത് ജോലിയാണ് ചെയ്യുന്നത്?"

അവൾ നെല്ലിക്കകളെ ഇലയിൽ പൊതിഞ്ഞ് ഭദ്രമായി ബാഗിനൊരു വശത്തുവയ്ക്കുമ്പോൾ ചാരു പൊട്ടിച്ചിരിച്ചു. ഭാഗ്യം! ആ ചിരിയിൽ ആ നെല്ലിക്കകൾ ഉതിർന്നുവീണില്ല.

"ഞാനീ പ്രകൃതിയെ സ്നേഹിച്ച് ഇവിടെ ഇങ്ങനെ ജീവിക്കുന്നു.

"ജോലി ഒന്നും ചെയ്യാതെയോ?" സൂര്യ ആശ്ചര്യത്തോടെ ചോദിച്ചു.

"ജോലി, ജോലി അടയ്ക്ക കൃഷിയാണ്."

"അടയ്ക്ക കൃഷിയോ? അതൊരു ജോലി ആണോ സ്ത്രീകൾക്ക്?"

"അല്ലേ? എന്താ ചെയ്തുകൂടേ?" ചാരുവിൽ ചിരി തങ്ങിനിന്നു.

"അതു നാട്ടിൽ ചെയ്യാമല്ലോ? കേരളമല്ലേ അടയ്ക്കകൃഷിയിൽ മെച്ചം? ഇവിടം തേയിലക്കല്ലേ പ്രസിദ്ധം."

"അതെ, കഴിഞ്ഞാൽ ലോകത്തിന് ആസാമിനെ അറിയുക തേയില കൊണ്ടാണ്. പക്ഷേ ഇന്ത്യയിലെ രണ്ടാമത്തെ മികച്ച അടയ്ക്ക ഉല്പാദന കേന്ദ്രം ആസാമാണ്."

"അതെയോ അതു പുതിയ അറിവാണ്."

"ഇവിടെ അത് മാത്രമല്ല... മറ്റുള്ള നാട്ടുകാർ പരിഹസിക്കുന്ന ചെറിയ വലിയ ഘടകം ഉണ്ട്. ഒരു ഗ്രാമത്തെ ആണോ അസം ഒരു ജില്ല ആക്കി യിരിക്കുന്നത് എന്ന്. ഓരോ ഗ്രാമത്തിനും മികച്ച പല വിളകളുടെയും ഉത്പാദനം ഉണ്ട്, അതും ആ തരംതിരിവിന്റെ മേന്മയാണ്."

വലിയ അടയ്ക്ക തോട്ടങ്ങളെ കടന്നുള്ള ദൂര കാഴ്ച്ചയിൽ വെള്ള പൂശിയ ആ ഇരുനില കെട്ടിടം അവിടെ നിന്നുതന്നെ കാണാനായി. ആ വെള്ള പൂശിയ മതിൽ കെട്ടിനോടടുക്കുംതോറും ആ മുഖം തെളി ഞ്ഞുവന്നു. ഷീല! അവൾ ഓടിവന്ന് ഗേറ്റ് പതുക്കെതുറന്നു. അവളുടെ കൈയിലെ കണ്ണാടി പതിപ്പിച്ച വളകളെയും വർണനൂലിൽ തുന്നിയ പാവാടയെയും ചെമ്പൻ മുടിയിഴകളെയും സൂര്യ അല്പം മുഖം കുനിച്ചു വാഹനത്തിന് മുന്നിലുള്ള കണ്ണാടിയിലൂടെ നോക്കി. വാഹനം ഗേറ്റ് കടന്നുപോകുമ്പോൾ അവൾ സൗമ്യമായി പുഞ്ചിരിച്ചു.

"തനി നാട്ടിൻപുറത്തുകാരി അല്ലേ ചാരുവമ്മേ ഇവൾ?"

"അവളുടെ മനസ്സും." ചാരു കൂട്ടി ചേർത്തു.

ആ വീടിന്റെ മുറ്റം കുറെയേറെ സ്ത്രീകളുടെ നാട്ടുവർത്തമാനങ്ങളാൽ കലപിലകൂട്ടുന്ന കുരുവിക്കൂട്ടങ്ങളെ എന്നപോലെ നിറഞ്ഞു നിന്നു. അടയ്ക്ക തോട് പൊളിക്കുകയാണവർ. ഇവിടത്തെ പ്രദേശവാസികൾ ആണവർ. നമ്മുടെ തോട്ടത്തിൽ പണി ചെയ്യുന്നവർ. ചാരു അവരുടെ അടുത്തേക്ക് സൂര്യയെയും രഞ്ജുവിനെയും കൊണ്ടു പോയി. പയ്യാരം പറയുന്നതിനിടെ അവർ ശ്രദ്ധ അവരിലേക്ക് തിരിച്ചു.

"എന്റെ അനിയത്തിയും മോളുമാണ്, എന്റെ കൂടെ താമസിക്കാൻ വന്നതാണ്." അവരേവരും വിനയത്തോടെ കൈകൾകൂപ്പി അഭിവാദനം ചെയ്തു.

"നിങ്ങളുടെ മുഖത്ത് വെറുതെ അല്ല ഇത്ര സന്തോഷം..." അതിലൊരു സ്ത്രീ ഉച്ചത്തിൽ ചിരിച്ചുകൊണ്ട് വെറ്റിലടയ്ക്ക രഞ്ജുവിന് നേരെ നീട്ടി. നന്ദി പറഞ്ഞുകൊണ്ട് രഞ്ജു അത് വാങ്ങിയെങ്കിലും കഴിച്ചില്ല.

വിശാലമായ അകത്തളങ്ങളുള്ള ആ വീട് പണ്ട് ഒരു ജമീന്ദാരുടേതായിരുന്നുവത്രേ. ചാരുവമ്മ കൃഷിയാവശ്യത്തിനായി പിന്നീട് വാങ്ങുകയാണ് ഉണ്ടായത്. ഈ വീടിനു അതിന്റെ ലക്ഷണങ്ങൾ എല്ലാമുണ്ട്. അസം ഗ്രാമങ്ങളിൽ ഇത്തരം ഒന്നോ രണ്ടോ ഗൃഹങ്ങളെ ഒരു ഗ്രാമത്തിൽതന്നെ കാണുകയുള്ളൂ. മറ്റുള്ളതെല്ലാം ചെറു വെട്ട് ഓടുകൾ പതിപ്പിച്ച കൂരകളാണ്. ഈ വീടിനോട് ചേർന്നുള്ള ഔട്ട് ഹൗസ് അവളുടെ ശ്രദ്ധയിൽ പെട്ടു. ഒരു ചെറുവീട്. ഷീല വിരൽചൂണ്ടിയിടത്ത് ഒരു ചെടിച്ചട്ടിക്ക് പുറകിൽ ജനാല കാണാമായിരുന്നു.

"അതാണെന്റെ വീട്.. വൈകിട്ട് നമുക്ക് പോകാം." അവൾ കണ്ണിറുക്കി ചിരിച്ചപ്പോൾ ആ നുണക്കുഴികളിൽ സ്നേഹം നിറഞ്ഞൊഴുകും പോലെ. ഷീല സൂര്യയുടെ ബാഗുമായി അകത്തെ മുറിയിലേക്ക് നീങ്ങി. ആസാമിന്റെ ഇത്ര ഉൾനാട്ടിൽ ഒരു ഗ്രാമം, അതിൽ ഒരു വീട് ഇത്ര ജനങ്ങൾ... ഭൂമി എത്ര വലുതാണ്.

തുറന്നിട്ട മരജാലകങ്ങളുള്ള ആ വീടിന്റെ വരാന്തയിലേക്ക് അവൾ നീങ്ങി. ധാരാളം വൃക്ഷങ്ങൾചുറ്റുമുള്ള ആ ഇടത്തിൽ ഇരിപ്പിടങ്ങളോട് കൂടിയ ആ വരാന്ത അവളിൽ ശാന്തതയുടെ ഇളം തെന്നൽ വീശി.

'അടിവയറ്റിൽ ഒരു വേദന ഉണ്ടോ? ഇല്ല, യാത്ര ചെയ്തതിനാലാവാം. ഗർഭഛിദ്രം ചെയ്ത ശേഷം 3 ദിവസമല്ലേ ആയുള്ളൂ... അനുരാഗ് നമ്മൾ എത്രയോ നാൾ നീണ്ട സംഭാഷണങ്ങളിൽ

ഒരിക്കലും കടന്നുവന്നിട്ടില്ലാത്ത ഒരു ജീവന്റെ സ്പന്ദനമാണ് ഇന്ന് എന്റെ വയറ്റിൽ ഒഴിമുറി ആവശ്യപ്പെട്ടുപോയത്.'

ഈ ഇടം എന്നെ മാറ്റിമറിക്കാൻ പ്രാപ്തമോ എന്നെനിക്കറിയില്ല. അനുരാഗ്, പക്ഷേ നിന്നെ കുറിച്ചുള്ള ഓർമകളോട് ഞാൻ പോരാടുകയാണ് അതിൽ ഞാൻതന്നെ തീർത്ത വേലികെട്ടുകൾക്കിപ്പുറം അടയ്ക്കാമരങ്ങൾ ആടിയുലയുന്നു. എനിക്കതിൽനിന്നും മോചനമുണ്ടോ എന്നെനിക്കറിയില്ല. കാറ്റിൽ ആടിയുലയുന്ന അടയ്ക്കാമരങ്ങളെനോക്കി അവൾ നിന്നു.

"സൂര്യ..." ചാരു ചൂടുള്ള ചായ കോപ്പ അവളിലേക്ക് നീട്ടി പിടിച്ചു.

"എന്നെ എന്തിനാണ് ചാരുവമ്മേ ഇങ്ങോട്ട് കൊണ്ടുവന്നത്? അനുരാഗിനെ മറക്കാനോ?"

"മറവിയോ?" ചാരു ചാരുകസേരയിൽ ചാഞ്ഞിരുന്നു ചായക്കോപ്പ ചുണ്ടോടുചേർത്തു.

"മറവി എന്നൊന്നുണ്ടോ മനുഷ്യന്? അതും ബന്ധങ്ങളിൽ? അതൊരുഅഭിനയമല്ലേ സൂര്യ?

ഒരാൾ മറ്റൊരാളെ മറക്കാൻ ശ്രമിക്കുന്നുവെങ്കിൽ അല്ലെങ്കിൽ നിർബന്ധിക്കപ്പെടുന്നുവെങ്കിൽ അയാൾ തന്നോടുതന്നെ അഭിനയിക്കാൻ തുടങ്ങിയിരിക്കുന്നുവെന്നല്ലേ അർത്ഥം?" വാചക കസർത്തിന്റെ പൂത്തിരിയിൽ ഒരു തീനാളമെന്നവണ്ണം സൂര്യ മറുചോദ്യമുതിർത്തു.

"ചാരുവമ്മ ആരെയെങ്കിലും മറന്നിട്ടുണ്ടോ?" അവൾ ആ അടയ്ക്കാമരങ്ങളിൽ തുരുതുരാ ഉതിരുന്ന അടയ്ക്കകൾപോലെ പൊട്ടിച്ചിരിച്ചു.

"മറക്കാനാകുമെങ്കിൽ ഞാൻ അഭിനയിച്ച് ഓർമകളായി എന്നിൽ തന്നെ. ആത്മഹത്യ ചെയ്തേനെ." അത്രയും ഭാരമേറിയ ഉത്തരത്തിന്റെ വിങ്ങൽ ഇരുണ്ടുകൂടി അവർക്കിടയിൽ സന്ധ്യയുടെ ഇരുൾ മയങ്ങി. ചാരു അവളുടെ മുടിയിഴകളിൽ തഴുകി.

"നീയും ഞാനും പ്രണയ വേഗങ്ങൾ താണ്ടിയവരാണ്. നിന്റെ അമ്മയ്ക്കതറിയില്ല. എനിക്ക് മനസ്സിലാകും നിന്നെ. തെളിവുറ്റ തീരുമാനങ്ങളാണ് ജീവിതത്തെ നയിക്കേണ്ടത്. നിഗമനങ്ങളോ, സങ്കല്പങ്ങളോ അല്ല. നിന്റെ സ്വപ്നങ്ങളുടെ തിരത്തള്ളലാണ് നിന്നെ എന്നിൽ എത്തിച്ചത് എങ്കിൽ, നഷ്ട സ്വപ്നങ്ങളുടെ വിലപേശലാണ് നിന്റെ മുന്നിലെ ഞാൻ."

"ദീദി... വൈകിട്ടത്തേക്കുള്ള കണക്കുകൾ നോക്കാൻ ആയി. സ്ത്രീകൾക്ക് വീട്ടിൽ പോകണം." ഷീല നീട്ടി വിളിച്ചു.

"വരൂ... എന്നോടൊപ്പം, നമുക്കൊരുമിച്ചുപോകാം. പരോക്ഷമായാണെങ്കിലും ഈ ജനസമൂഹത്തിന് ഒരു പ്രവണത ഉണ്ട്. ഇവിടെ സ്ത്രീകൾ പുരുഷന്മാരോട് തുല്യം ജോലിചെയ്തു ജീവിക്കുന്നു. ഒരു കുടുംബത്തിലും അതിൽ അഭിമാനക്കുറവില്ല. പക്ഷഭേദവുമില്ല." പൊളിച്ച് കുമ്പാരം കൂട്ടിയ അടയ്ക്കകൾ ചാക്കിൽ നിറച്ചത് കണക്കെടുക്കുന്നതിനിടെ ചാരു സൂര്യയോട് തെല്ലുലാഘവത്തോടെ പറഞ്ഞു.

"നാളെ നമുക്കൊരിടം വരെ പോകണം സൂര്യ..."

"പോകാം." അവൾ തലയാട്ടി.

എന്റെ ചെറിയമ്മ ഒരു വെറും പെൺകഥ അല്ല, ഞാൻ കേട്ടതൊക്കെ ഇന്നെനിക്ക് ചോദിക്കാനുള്ള സ്വാതന്ത്ര്യമുണ്ടല്ലോ? ചെറിയമ്മയുടെ ഇ നിശ്ചയദാർഢ്യത്തിന് പുറകിലെ പ്രേരകം എന്തായിരിക്കും? ആരായിരിക്കും? ചില ചിന്തകൾ വിചിത്രമായ അന്വേഷണത്തിലേക്ക് വഴിതിരിച്ച് ഉത്തരത്തിൽ നമ്മെ നിമഞ്ജനം ചെയ്യും.

എപ്പോഴോ ചെവിയിൽനിന്നും കൊഴിഞ്ഞുവീണ ഗുൽമോഹറെ ഓർമപ്പെടുത്തുംവണ്ണം മേശവിരിയിൽ തൂങ്ങിയാടുന്ന ഹെഡ്സെറ്റിനെ ആത്മഹത്യയിൽനിന്ന് രക്ഷിക്കുംപോലെ ഷീല എടുത്തു മേശപ്പുറത്തുവച്ചു.

"സൂര്യ.." അവൾ തട്ടിവിളിച്ചു. നിറഞ്ഞ മഞ്ഞ കോളാമ്പിപ്പൂവുകളെ ഓർമപ്പെടുത്തുന്ന ഏതോ പൂവിന്റെ ഗന്ധം കാറ്റിൽ അവളെ തഴുകി. അവൾ സൗമ്യമായി ഷീലയോടു പുഞ്ചിരിച്ചു.

"ചാരു ദീദി സൂര്യയോട് പെട്ടന്ന് തയ്യാറാവാൻ പറഞ്ഞു. ഒരിടത്തു പോകാനുണ്ട്. ഞാൻ ഭക്ഷണം എടുത്തു വയ്ക്കാം." ചാരുവമ്മയെ അന്നാദ്യമായി എന്നത്തേയും ആസാമീ ഖദർ കുർത്തയും ജീൻസിൽ നിന്നും മോചിതയായി കണ്ടതിൽ അവൾ അതിശയിച്ചു.

'ഇത്രയും സുന്ദരിയാണോ എന്റെ ചാരുവമ്മ?' ഇളം പച്ച അടയ്ക്കാ തണ്ടുപോലെ ആടിയുലഞ്ഞ് സാരി ഉടുത്തവർ നടന്നുവന്നു.

"പോകാം...?"

"മ്മ്, പോകാം."

ഗ്രാമപഞ്ചായത്തിന്റെ മരച്ചുവട്ടുകളിൽ ആണുങ്ങൾ കൂട്ടം കൂടി നില്ക്കുന്നു. അടുത്തുള്ള ചായക്കടയിൽ പ്രഭാതങ്ങൾ സജീവമാണ് ഇവിടങ്ങളിൽ.

“ആഹ്, കേരളത്തിലിതിപ്പോൾ കാണാകാഴ്ചയായുവുകയാണ് ചാരുവമ്മേ... ഇവരെന്താ പത്രം വായിക്കാത്തത്? അതുകൂടി ഉണ്ടെങ്കിൽ ഒരു ഗൃഹാതുരത്വം തോന്നിയേനെ.”

“വായിക്കാനറിയണ്ടേ സൂര്യ...? അവർ നിർധനരായ കൃഷീവലന്മാരാണ്. നമ്മളെപ്പോലെ നൂറുശതമാനം സാക്ഷരരൊന്നുമല്ലല്ലോ? ഇപ്പോളും ഗ്രാമോദ്യോഗിലാണ് അവർ കൃഷിയുടെ കേന്ദ്രസർക്കാർ നയങ്ങൾതന്നെ വായിച്ചറിയുന്നത്. അവർക്ക് പരസ്പരം അറിയുവാൻ ഒരിടം അതുമാത്രമാണ് ഈ മരച്ചുവട്ടുകളും ചായക്കടകളും. മസാലച്ചായകളുടെ ചൂടിൽ രാഷ്ട്രീയം തീർത്തും കട്ടപ്പമില്ലാതെ കടന്നുപോകുന്ന പ്രാരാബ്ദങ്ങളുടെ പാലിൽ മതമില്ലാത്ത സൗഹൃദത്തിന്റെ മധുരം മുന്നിട്ടു നിൽക്കുന്ന ചായകൾ.” നീണ്ട വഴികളെ താണ്ടി ആൺകുട്ടികളും പെൺകുട്ടികളും ഒരുമിച്ച് ട്രാക്ടറിൽ വന്നിറങ്ങി പുസ്തക സഞ്ചികൾ നെഞ്ചോടുചേർത്ത് സല്ലപിച്ച് അവരെ കടന്നുപോയി ചെന്നെത്തിയത് ആ പഴയ പച്ച ചായം പൂശിയ കെട്ടിടത്തിൽ.

“കാലിബോർ കോളേജ്”

“ഇതൊരു കോളേജാണോ ചെറിയമ്മേ?”

“അതെ...”

നമ്മുടെ നാട്ടിൽ ഹയർ സെക്കൻഡറി സ്കൂളിന് ഇതിനേക്കാൾ വലുപ്പമുണ്ടല്ലോ?”

“ഇതാണ് ഇവിടത്തെ മികച്ച കോളേജ്.” തുരുമ്പിച്ച ഗേറ്റ് കടന്ന് ആ വണ്ടിയുടെ ശബ്ദം കോളേജിനെ ആകെ ഒന്ന് കുലുക്കി.

‘ആരാണത്?’ ഏവരുടെയും ശ്രദ്ധ അങ്ങോട്ടായി. വാഹനത്തിൽനിന്നും ചാടിയിറങ്ങാൻ കാൽ വയ്ക്കുംമുമ്പേ ചാരു അവളുടെ കൈയിൽ പിടിച്ചുകൊണ്ട് പറഞ്ഞു.

“സൂര്യ നീ പ്ലസ് ടു പൂർത്തിയാക്കാൻ പോകുന്നത് ഇവിടെ ആണ് ഇനി.” അവൾ ഞെട്ടിത്തരിച്ചു. ചുണ്ടിനുമുകളിലും നെറ്റിയിലും വിയർപ്പ് കണങ്ങൾ നിമിഷങ്ങളിൽ പ്രത്യക്ഷപ്പെട്ട മായാജാലം അവളറിഞ്ഞു. ‘എന്റെ ഗതികേടല്ലേ. സമ്മതിക്കാതെ വയ്യല്ലോ’ എന്ന മനോഗതത്തിൽ അവൾ തലതാഴ്ത്തി.

“ചാരുവമ്മ പറഞ്ഞാൽ ഞാൻ അനുസരിക്കും. പക്ഷേ...” തെല്ലു നേരം അവൾ മൗനമായി ആ കോളേജിനെ നോക്കി.

“എന്റെ കൂട്ടുകാർ, സ്കൂൾ സന്തോഷം, അനുരാഗ്... ഞാൻ ഇത്ര വലിയ

തെറ്റാണോ ചെറിയാമ്മേ ചെയ്തത് ഇതൊക്കെ എനിക്ക് നിഷേധിക്കാൻ?"

"അല്ല, നിന്നിലൂടെ ഒരു തെറ്റ് നാളെയിലേക്ക് എത്തിക്കാതിരിക്കാനാണ് നീ ഇന്നിന്റെ സുഖങ്ങളെ കൈവിടുന്നത്."

അവളുമായി ചാരു കോളേജിന്റെ പടികളിൽ ഇടതുകാൽ പതിപ്പിച്ച് ഊട്ടിയുറപ്പിച്ച ഭാവിയുടെ ശകുനത്തെ പുറംതള്ളി പ്രവേശനം നേടി മടങ്ങുമ്പോൾ സൂര്യ അവളുടെ ചുമലിൽ ചാരി കിടന്ന് ശബ്ദമുണ്ടാക്കാതെ വിതുമ്പി.

"ചാരുവമ്മ ഇങ്ങനെയാവും അല്ലേ ഈ ഗ്രാമത്തിൽ വന്നത്?" അവർ കടന്നുപോയ ചായത്തോട്ടത്തിന്റെ വഴികളിൽ ചായക്കൂടകളിലെ തളിരിലകൾ ചാരുവിന്റെ ഉത്തരത്തിനായി എത്തിനോക്കും പോലെ.

"എന്നെക്കുറിച്ച് മോൾ എന്താണ് കേട്ടത്?" ചാരു ഒരു കൈ വാഹന നിയന്ത്രണ വളയത്തിൽനിന്നും എടുത്ത് അവളുടെ കണ്ണീരാൽ നനഞ്ഞ കവിൾത്തടത്തിൽ തലോടി.

"ബന്ധുക്കളൊക്കെ പറഞ്ഞു..." അവൾ വിതുമ്പികൊണ്ട് വാക്കുകൾ ഇടറി.

"ചാരുവമ്മ മുത്തച്ഛനെ ധിക്കരിച്ച് അസമിലുള്ള രാജീവമ്മാവന്റെ അറിവിലുള്ള ഒരു ചായ എസ്റ്റേറ്റിൽ ജോലിക്കുവന്നു, പിന്നെ നാട്ടിലേക്ക് മടങ്ങിയില്ല. തന്നിഷ്ടക്കാരി ആണ്. ഇവിടെ ചെറിയമ്മ ഏതോ ജമീന്ദാരുടെ കൂടെ ജീവിക്കയാണ് എന്നൊക്കെ. ദുർനടപ്പുകാരിയാണ് എന്നൊക്കെ."

അവൾ മൂക്കുചീറ്റികൊണ്ട് നിറഞ്ഞ കണ്ണുകളോടെ ചാരുവിനെ നോക്കി. യാതൊരു ഭാവഭേദവുമില്ല.

"സൂര്യ..."

അവൾ വാഹനം അരികിലാക്കികൊണ്ട് ചായ തോട്ടത്തിലേക്ക് ഇറങ്ങിനിന്നു.

"ഈ ലോകത്തെ ഏറ്റവും മികച്ച ഭാവന ശാലികൾ ആരാണെന്നു പറയാമോ? മികച്ച എഴുത്തുകാരോ, സിനിമ തിരക്കഥാകൃത്തുക്കളോ അല്ല. അന്യന്റെ കാര്യത്തിൽ അതീവ താല്പര്യമുള്ള അയൽക്കാരും ബന്ധുക്കളുമാണ്. അത് ലോകം തെളിയിച്ച സത്യം ആണ്. ഞാൻ ഡിഗ്രിക്ക് പഠിക്കുമ്പോൾ നിന്റെ അമ്മ പ്രീഡിഗ്രി ആയിരുന്നു. ഞങ്ങൾ

ഒരേ കോളേജിൽ. അമ്മയ്ക്കറിയാം എല്ലാം. എല്ലാം! അതാണ് നിന്നെ ക്കൂട്ടി ഇങ്ങോട്ടുതന്നെ അവൾ വന്നത്. എനിക്ക് ഒരാളെ ഇഷ്ടം ആയിരുന്നു. ആയിരുന്നുവെന്ന് പറഞ്ഞുകൂടാ ആണ്. ഇന്നും ആണ്." അവൾ ചായ നുള്ളുന്ന സ്ത്രീകളെ നിർവികാരയായി നോക്കി നിന്നു കൊണ്ട് പറഞ്ഞു.

"പല ഭൂതകാല പ്രയോഗങ്ങളും നുണകളാണ്. അതിൽ ഒളിഞ്ഞി രിക്കുന്നത് പ്രസക്ത സത്യങ്ങളുടെ വർത്തമാനകാലങ്ങൾ ആണ് എന്നതാണ് സത്യം."

"അദ്ദേഹം എവിടെപ്പോയി?" സൂര്യ ചാരുവിന്റെ കൈയിൽ മൃദുല മായി വിരൽകോർത്തു. എന്നത്തേയും നിശ്ചയദാർഢ്യം വീണ്ടെടു ത്തവണ്ണം ചിരിച്ചുകൊണ്ട് ചാരു പറഞ്ഞു.

"എവിടെയും പോയിട്ടില്ല. ബാംഗ്ലൂർ ഉണ്ട്. കുടുംബമൊക്കെയായി സുഖമായി ജീവിക്കുന്നു. എന്നോട് സംസാരിക്കാറുണ്ട്. വിളിക്കാറുണ്ട്."

"നഷ്ടപ്പെട്ടു അല്ലെ?" ആ ചോദ്യത്തോട് അവൾ പുഞ്ചിരിച്ചു. ജീവി തത്തോടെന്നപോലെ...

"നഷ്ടപ്പെടുക അല്ല സൂര്യ, നേടി. നേട്ടത്തിന്റെ അളവുകോൽ പലർ ക്കും പലവിധമാണെന്നുമാത്രം. എന്നെ അദ്ദേഹത്തിനോ അദ്ദേഹ ത്തിനെ എനിക്കോ നഷ്ടപ്പെടുത്താനാകില്ല. എന്റെ പ്രണയത്തിന്റെ ആസ്വാദ്യത പിൻപന്തിയിലെ അടുക്കു ചേർത്ത മുറുക്കാൻപോലെ ഞാനും. ഞങ്ങളുടെ പ്രണയത്തിന്റെ മൂല്യം ഞങ്ങൾക്കുമാത്രം അറിയാവുന്ന ഏതോ ഒരു പ്രത്യയശാസ്ത്രത്തിന്റെ ബാക്കിപത്രമായി നിലനിൽക്കെ കുടുംബത്തിന്റെ പൊരുത്തക്കേടുകളിൽ എന്നെ വേണ്ടെന്നുവച്ച അദ്ദേ ഹത്തെ അല്ല, എന്റെ ഒപ്പമുള്ള ജീവിതം വേണ്ടെന്നുവച്ച അദ്ദേഹത്തെ കഥകളിൽ ഉറങ്ങുന്ന സ്വപ്നനായിക എന്നവണ്ണം പ്രായോഗികതയില്ലാ ത്തവളായതിനാൽ എനിക്ക് ഉപേക്ഷിക്കാനായില്ല. നിന്റെ മുത്തച്ഛൻ ചെറിയ മനസ്സുള്ള വലിയ മനുഷ്യനായതിനാൽ അദ്ദേഹത്തെയും വിഷ മിപ്പിക്കാനായില്ല. ഞങ്ങളുടെ ബന്ധം വഴിപിരിഞ്ഞപ്പോൾ വിധി മറുകര തേടി. അദ്ദേഹം ഒരു കുടുംബത്തെ കൈക്കൊണ്ടു. എനിക്കതിനായില്ല. സ്ത്രീകൾക്ക് പ്രണയ നൈരാശ്യം ഇല്ല എന്നാണല്ലോ? അവർ സ്നേഹിച്ച പുരുഷനെ ഉപേക്ഷിച്ച് അച്ഛനെനും അമ്മയെയും വിഷമിപ്പിക്കാത്ത മഹാമനസ്കത എന്ന ത്യാഗം ചെയ്യുന്നപക്ഷം സ്വീകരിക്കാനുള്ള മറ്റൊരു പുരുഷന്റെ സമ്പ്രദായത്തിൽ സുരക്ഷിതരാണല്ലോ. ഞാൻ അതല്ലാതായ തെറ്റിന്റെ പേരിൽ തിരുത്തൽവാദിയായി മുദ്രകുത്തപ്പെട്ടു. രാജീവേട്ടന് മാത്രം എന്നെ മനസ്സിലായി. അദ്ദേഹം ജോലിചെയ്യു ഇവിടത്തെ ഒരു

ചായ ഫാക്ടറിയിൽ പബ്ലിക് റിലേഷൻ ഒഴിവിൽ എനിക്ക് ജോലി വാങ്ങിത്തന്നു. ഞാൻ ഒരു ഞായറാഴ്ച അദ്ദേഹത്തോടൊപ്പം കയറിയ ആ തീവണ്ടിയിൽ അവസാന വർഷം വിനോദയാത്രക്ക് മാറ്റിവച്ച ഏതാനും ചുരുട്ടിയ നോട്ടുകൾ ട്രെയിൻ ജനാലക്കമ്പികളിലൂടെ എന്റെ ഉള്ളം കൈയിലേക്ക് വെച്ചുതന്ന് ചുംബിച്ച നിന്റെ അമ്മയുടെ ചുംബനത്തിന്റെ ചൂട് ആണ് എന്നെ പ്രതിസന്ധികളിൽ പലപ്പോഴും നിലനിർത്തിയിട്ടുള്ളത്. ജീവിതം മാറ്റരച്ച മികച്ച വനിതകളേക്കാൾ മികവുള്ളവരും ആത്മവിശ്വാസമുള്ളവരും ആണ് നാലുചുവരുകളിൽ ഉറങ്ങികിടക്കുന്നത്, നിന്റെ അമ്മയെപ്പോലെ. തെളിയിച്ച സ്ത്രീ തീയും, സ്വയം അടക്കിയ സ്ത്രീ കനലുമാണ്. പല കനൽകട്ടകളുമാണ് പലരുടെയും ജീവിതത്തെ ആളികത്തിച്ചിട്ടുള്ളത്. സ്വയം എരിഞ്ഞവൾക്ക് കനലാകാനാകില്ല. കനലിനു എരിയാതിരിക്കാനും തീയാകാനുമാകും. ആ ചുരുട്ടി വച്ച പണം എന്റെ ജീവിതത്തിന്റെ തുടക്കമാണ്. ഇന്ന് ഞാൻ ഉണ്ടാക്കിയതെല്ലാം അതിൽ തുടങ്ങിയതാണെന്ന് തരുമ്പോൾ നിന്റെ അമ്മയ്ക്കറിയില്ല. കാരണം അവൾക്ക് തരാനെ അറിയൂ."

അതിജീവനത്തിന്റെ പാതയിൽ വഴിതടസ്സം എന്നും സ്ത്രീക്ക് അവളുടെ സദാചാരത്തെകൊണ്ട് പൊള്ളിയ മുറിപ്പാടുകൾതന്നെ ആണ്. അതെ നാട്ടിൽ ആ കേട്ട എല്ലാ കിംവദന്തികൾക്കും പുറകിലുള്ളു. ഞാൻ എന്നെതന്നെ മറ്റു പലതിലും വ്യാപിപ്പിക്കാൻ ശ്രമിക്കുക ആയിരുന്നു സൂര്യ. അദ്ദേഹത്തോടുള്ള എന്റെ ഇഷ്ടം എന്നെ വിഷാദത്തിന്റെ ആഴക്കടലിലേക്ക് തള്ളിവിടുമ്പോളെല്ലാം ഞാൻ സ്വയം എന്നെ ഉയർത്തിപ്പിടിക്കാൻ കണ്ടെത്തിയ ചെറിയ ചില തന്ത്രങ്ങൾ മാത്രമാണ് ഇന്നീ എനിക്ക് ചുറ്റും കാണുന്ന എല്ലാം. ഇവിടത്തെ സാധാരക്കാരായ സ്ത്രീകൾ അവരുടെ ജീവിതങ്ങൾ എല്ലാമായിരുന്നു എന്റെ കാഴ്ചകൾ അന്ന്. ഞാൻ അവരിലൂടെ ഇറങ്ങിച്ചെല്ലുവാനും പുനരുദ്ധരിക്കുവാനും എന്നെ അതിൽ സ്വയം സമർപ്പിച്ചുകൊണ്ട് മഹത്തരമായ വചനങ്ങൾക്ക് പത്രമാകുവാനും ശ്രമിക്കുകയാണ്.

'ദൈവം മണ്ണിലേക്ക് എന്നെങ്കിലും ഇറങ്ങി വരാൻ ആഗ്രഹിക്കുന്നുവെങ്കിൽ, അത് നിങ്ങൾ ഭൂമിയിൽ ഉണ്ട് എന്നതിനാലാകണം.'

"ആസാമിന്റെ മണ്ണിൽ ആനന്ദഭിക്ഷുവിന്റെ വചനങ്ങൾ പിന്തുടരുന്നവർ തിരിച്ചറിവിന്റെ വാക്കുകൾ എനിക്ക് നൽകി. നീ എന്ന വ്യക്തി, നീ എന്ന സ്ത്രീ ഭൂമിയിൽ ജീവിച്ചിരിക്കുന്നതിന്റെ മുദ്രയിൽ വിരൽ പതിപ്പിക്കാൻ പ്രണയമല്ലാതെ മറ്റുപലതും ചെയ്യുവാനുണ്ട്. ചെയ്യുവാനാകും. ആ

ചെയ്ത പ്രവൃത്തി നിന്റെ പ്രണയത്തിന്റെ മേന്മയെ ലോകത്തിന് എടുത്തു കാട്ടുന്നത് മൂല്യം കല്പിക്കും. ഈ പ്രകൃതിയോടുള്ള ഇവിടത്തെ മനുഷ്യരോടുള്ള എന്റെ ഈ കാഴ്ചപാട്, നിലപാട് എന്റെ പ്രണയത്തിനുള്ള അംഗീകാരം കൂടിയാണ്. നീ എന്ത് അംഗീകാരമാണ് നേടാൻ പോകുന്നത് നിന്റെ പ്രണയത്തിലൂടെ എന്നെനിക്ക് പ്ലസ് ടു കഴിയുമ്പോൾ പറഞ്ഞുതന്നാൽ മതി. അനുരാഗിന്റെ നമ്പർ എന്റെ കൈയിൽ ഉണ്ട്."

രാത്രി കാറ്റിന്റെ ആക്കം കൂടിയതിനാൽ മുറിയിലെ ആർത്തലച്ച ജനൽപ്പാളികളെ ശക്തിയായി അടച്ചുകൊണ്ട് രഞ്ജു മേശപ്പുറത്തു സൂര്യ എഴുതി മടക്കിയ ഡയറിയിൽ നിന്നും പേന പതുക്കെ നീക്കി മാറ്റിവച്ചു. കാലിബോർ കോളേജിലേക്കുള്ള പ്രവേശന അപേക്ഷയിൽ അവൾ ഒപ്പുവച്ചിരിക്കുന്നു. ഒരിറ്റു കണ്ണുനീർ ആ ഒപ്പിനു നനവേകി. ചാരു വാതിൽക്കൽ നിന്നത് നോക്കിനിന്നു. ഓടി വന്നു രഞ്ജു അവളെ ചേർത്തുകെട്ടിപ്പിടിച്ചു.

"നമ്മളൊക്കെ പെണ്ണുങ്ങളായിപ്പോയില്ലേടീ ചാരു..."

അവളുടെ കണ്ണുനീർ നനവ് ചാരുവിന്റെ തോളറ്റങ്ങളിൽ ഒലിച്ചിറങ്ങി. മുറിയിലെ വിളക്ക് അണഞ്ഞപ്പോൾ സൂര്യ തിരിഞ്ഞുകിടന്നു. പെണ്ണുങ്ങൾ.

• മാർച്ച് 2020

ആംബയുടെ കുപ്പിവളകൾ

നനുത്ത ചാറ്റൽ മഴ കണ്ണാടിച്ചില്ലുകളെ നനയ്ക്കുന്നുണ്ട്.

'ശ്രീജേ.... നീ ഈ മഴപോൽ എന്നിൽ പെയ്തിറങ്ങിയവൾ. നീ ആമ്പയുടെ മണ്ണിൽ കാലുകുത്തുന്ന നേരവും കാത്ത് ഞാൻ ഈ പടിവാതിൽക്കൽ നിൽക്കുന്നു.' അർജ്ജുൻ നനഞ്ഞ കണ്ണട കണ്ണുകളിൽ നിന്നൂരി തുടച്ച് ദൂരേക്ക് നോക്കി. കണ്ണുകൾക്ക് വിശ്വസിക്കാമോ?

'ശ്രീജ.'

മംഗലാപുരം വിമാനത്താവളത്തിലെ തിരക്കൊഴിഞ്ഞ ഹാളിൽ നീല കസേരയിൽ ഇരിക്കുന്ന അർജ്ജുൻ മൊബൈലിലേക്ക് ഒന്നുകൂടെ ആഴ്ന്നിറങ്ങി ശ്രീജ അയച്ച മെസ്സേജിലേക്ക് നോക്കി.

'ഞാൻ വരും. മംഗലാപുരത്ത് വരിക. കുടജാദ്രിയുടെ മഞ്ഞിന് കുടജങ്ങളുടെ മാല കോർത്ത് കഴുത്തിലണിയിക്കാൻ, ചെറുവിരൽ തുമ്പിൽ കോർത്ത് വിരൽ പിണക്കാൻ, ആമ്പയുടെ മണ്ണിൽ ഞാൻ വരും.'

ആ സന്ദേശം അർജ്ജുന് അമ്മമ്മയുടെ മടിയിൽ ഇരുന്ന് സന്ധ്യാനാമം ചൊല്ലുംപോലെ കണ്ണുകളെ ഏറ്റുപറയിപ്പിച്ചു.

'വരും... വരും... വരും... ആ വാക്ക്... വരും...'

കർണാടകത്തിന്റെ ഉൾഗ്രാമങ്ങളിൽ കന്നഡികർ തീർത്ത ചുവപ്പും പച്ചയും കലർന്ന കുപ്പിവളകൾ. സാക്ഷാൽ സരസ്വതി ദേവിയുടെ പൂഞ്ചേല, വെള്ളയിൽ ചുവന്നകര പട്ടുസാരി. രണ്ടും അർജ്ജുന്റെ കൈയിലെ ബാഗിൽ താളം കൊട്ടി. ആകാംക്ഷയുടെ

പ്രതിധ്വനി. കൈകൾ ചലിച്ചുകൊണ്ടേയിരുന്നത് അപ്പോഴാണ് അർജ്ജുന് ശ്രദ്ധിച്ചത്. ശ്രീജയുടെ ചിരി ആ വളകൾ ഓർമ്മപ്പെടുത്തുന്നു. അനർഗളം ഒഴുകുന്ന സൗപർണ്ണികപോലെ ആ ചിരി എന്നും സന്ദേശങ്ങളിൽ നിറഞ്ഞിരിക്കും.

വിമാനം വരേണ്ട സമയം കഴിഞ്ഞുവല്ലോ? വൈകിയോ? നീണ്ട വരികൾക്കൊടുവിൽ ഒരു മിന്നായംപോലെ ആ നീണ്ടമുടിച്ചുരുൾ കോതി കാറ്റ് കടന്നുപോയി.

'അതെ, അത് ശ്രീജ തന്നെ.'

വരിയിൽ നിന്നുകൊണ്ട് ശ്രീജ അർജ്ജുനെ നോക്കി. ഒറ്റ നോട്ടം; കാന്തത്തെ വെല്ലുന്ന മിഴികൾ. മൂകാംബികയെപോലെ കൈയിൽ ചുവപ്പിച്ച മൈലാഞ്ചി. അപ്പോൾ ഇതാണോ സ്വരൂപം. സന്ദേശങ്ങളുടെ അക്ഷരങ്ങളിൽ വിരൽത്തുമ്പിൽ പ്രളയം സൃഷ്ടിക്കുന്ന ആ സ്വത്വത്തിന്റെ രൂപം ഇതാണ്. അർജ്ജുന് കണ്ണട ഒന്നുകൂടെ മൂക്കിലേക്ക് ചേർത്തുവച്ചു.

"ഹിമഗിരി തനയെ ഹേമലതേ...

അംബ ഈശ്വരി ശ്രീലളിതേ... "

ഐശ്വര്യവതി... നിന്നെ ശ്രീജ എന്ന് അരികത്തെഴുതട്ടെ.

ശ്രീജ അരികിലേക്ക് നടന്നുവന്നു. അർജ്ജുന്റെ അടുത്തെത്തി തൊട്ടടുത്ത സീറ്റിൽ ഇരുന്ന് ഇടതടവില്ലാതെ സംസാരിച്ചുകൊണ്ടേയിരുന്നു. വിമാനം സമയം വൈകിയാണ് അവിടെ എത്തിയത് എന്നും ആരെയൊക്കെയോ വിളിച്ചുപറയുകയും എല്ലാമായി മുന്നിലൂടെ നടക്കുകയും സംസാരിക്കുകയും കഫെയിൽനിന്ന് ചായ വാങ്ങി അർജ്ജുന് നേരെ നീട്ടുകയും, കുടിക്കൂ എന്നു ആംഗ്യം കാണിക്കുകയും ചെയ്തു. സ്വപ്നത്തിൽ എന്നപോലെ വിശ്വസനീയമല്ലാത്തൊരു ലോകത്തെ വിളിച്ചുവരുത്തിയപോലെ അർജ്ജുന് അതെല്ലാം നോക്കിക്കൊണ്ടേ ഇരുന്നു. ഇളം ചൂടുള്ള ചായ കൈത്തണ്ടയിൽ ചേർത്തുവച്ച് ചൂട് കൊള്ളിച്ചപ്പോൾ യാഥാർത്ഥ്യമാണെന്ന തിരിച്ചറിവ്.

"അതായത് അർജ്ജുന്, മംഗലാപുരത്തുനിന്ന് കൊല്ലൂരേക്ക് ബസ്സിൽ പോകാം നമ്മൾക്ക്."

"ശ്രീജ ഞാൻ കാർ കൊണ്ടുവന്നിട്ടുണ്ട്. സൗകര്യമായി അതിൽ പോകാമല്ലോ?"

ശ്രീജ പുഞ്ചിരിച്ചു. "ബസ്സ് സൗകര്യം അല്ല എന്ന് ആരാ പറഞ്ഞത്? നമുക്ക് പോകാം. അർജ്ജുനന് ബസ്സിൽ കൊല്ലൂർ വരെ പോയിട്ടില്ലല്ലോ, അത് എന്റെ കൂടെ ആവട്ടെ."

അവൻ ദൂരം കണക്കുകൂട്ടി. ഇത്രയും ദൂരം ബസ്സിൽ.

'എന്റെ ബാഗിന് അത്ര കനമൊന്നും ഇല്ല' എന്ന ശ്രീജ പറഞ്ഞതിൽനിന്ന് മനസ്സിലാക്കണം പറഞ്ഞതിൽ മാറ്റമില്ലെന്ന്. പോകുകതന്നെ. അല്ലെങ്കിലും ശ്രീജ സാധാരണമായി ഒന്നും പറയാറില്ലല്ലോ. അതാണല്ലോ അർജ്ജുനനും ശ്രീജയും അനിതര സാധാരണമായി ഇങ്ങനെ ആംബയെ തേടിവന്നത്. ഇതൊരു നിയോഗമാണ്. ജീവിതമെന്ന യജ്ഞത്തിന്റെ നിയോഗം. ഞാൻ എന്നിൽ നിന്നെ തന്നെ കാണുന്നു. മുന്നിൽ നീണ്ടുകിടക്കുന്ന വഴികളും ആംബയുടെ മണിനാദവും, സൗപർണ്ണികയും, ചിത്രകൂടവും, കുടജാദ്രിയും, മഞ്ഞും, മലയും, കാടും എല്ലാം നീയാണ്, നീ മാത്രം... എന്നിലെ പ്രകൃതി.

മൂകാംബികയോടടുക്കുമ്പോൾ വഴികളുടെ വളവും തിരിവും കാനനഭംഗിയും കടന്ന് ബസ്സ് ഒരു വിജയിയെപോലെ ആംബയെ നോക്കി ചലിച്ചു. ശ്രീജയുടെ പാറിപ്പറക്കുന്ന മുടിയിഴകൾ തണുത്ത മഴക്കാറ്റേറ്റ് അർജ്ജുനന്റെ തോളോടുചേർന്ന മുഖത്തിൽ മയക്കത്തിന്റെ സുഖം പടർത്തി. 'ചിലർ ഒരു നിയോഗംപോലെയാണ്. നമ്മിലേക്ക് എത്തിച്ചേരേണ്ടത്. അവർ വരികതന്നെ ചെയ്യും.' ആഗ്നി ഗിഗോറസിന്റെ കവിത ഓർത്ത് അർജ്ജുനന് ചിരിച്ചു.

ജാലകത്തിലൂടെ പുറമേക്ക് നോക്കുമ്പോൾ പ്രധാന കവാടം കാണാം. ആംബയുടെ മണ്ണിലേക്ക് സ്വാഗതം ഓതിക്കൊണ്ട് വലിയ കവാടം. നിങ്ങൾ അമ്മദൈവ സങ്കല്പങ്ങളുടെ ഇന്ത്യൻ നവോത്ഥാന ചരിത്രഭൂമികയിലേക്ക്, സംസ്കൃത ശ്ലോകങ്ങളുടെ പാണ്ഡിത്യം ഒഴുകിയ മണ്ണിലേക്കാണ് വരുന്നത്. നിങ്ങളിവിടെ വരേണ്ടവർതന്നെ. പ്രകൃതിയുടെ മടിത്തട്ടിൽ അമ്മയുടെ സ്നേഹലാളനത്താൽ പ്രണയത്തിന്റെ ലയനത്തിൽ ഒരിടം, അവിടമാണിവിടം. അവിടെനിന്ന് മുകളിലേക്ക് നോക്കുമ്പോൾ കുടജാദ്രിയുടെ രാജ പ്രൗഢിയോടെയുള്ള നില്പ്. ശ്രീജയെ കുടജാദ്രി പ്രൗഢ ഗംഭീരമായി പ്രകൃതിയിലേക്ക് ലയിപ്പിച്ചു.

വേദത്തെയും വേദാന്തത്തെയും 16 കാട്ടാറുകളെയും ഒഴുക്കി ആണ്മയുടെ ഗാംഭീര്യത്തോടെ ഞാൻ ഒന്നിരുന്നോട്ടെ നിന്നെ കാണാൻ. വില്ലുതോൽക്കുന്ന പുരികക്കൊടികളാൽ വളച്ച അസ്തമന മിഴിയിണകൾക്ക് നടുവിൽ ആംബയുടെ സിന്ദൂരം ചാർത്തി

വരുന്ന ത്രിസന്ധ്യയിൽ നാം ഒരുമിച്ച് സൗപർണ്ണികയുടെ കുളിരിൽ മുഴുകി ഇരിക്കണം. എന്റെ സ്വപ്നം യാഥാർത്ഥ്യമാകുവാൻ പോകുന്നു. ശ്രീജ ചേർത്തുവച്ച മുഖം ഒന്നുകൂടി അടുപ്പിച്ച് അർജ്ജുന്റെ നെഞ്ചിലേക്ക് ചാഞ്ഞു. കുടജങ്ങളുടെ ഗന്ധവാഹിനി മണ്ണിൽ പ്രിയതമന്റെ സ്വപ്നത്തിന്റെ ചൂട്.

ചെറിയ ചാറ്റൽമഴ പാദങ്ങളെ നനച്ചുകൊണ്ട് ആ ബസ്സിന്റെ പടികൾ ഇറങ്ങുമ്പോൾ മനോഹരമായൊരു സന്ധ്യ ചാലിച്ച ചായം ആകാശത്തു പടർന്നു കുടചൂടി.

“നനഞ്ഞാൽ സുഖമാണ്.”

ശ്രീജ അർജ്ജുനെ ചേർന്നുനടന്നു. നനഞ്ഞ മൺപാതയെ അടുപ്പിച്ചു ചിമ്മിക്കത്തുന്ന ചെറുവെളിച്ചത്തിൽ മുണ്ടിന്റെയും രുദ്രാക്ഷമാലകളുടെയും മഞ്ഞ തുണിയിലെഴുതിയ അമ്മേനാരായണയുടെ മലയാളി ഗന്ധമുള്ള കൊടിതോരണംപോലുള്ള വഴിവാണിഭങ്ങളെ കടന്നുനടന്നകലുമ്പോൾ അങ്ങകലെ ആംബയുടെ സ്വർണ്ണ താഴികക്കുടം കാണാം. കുണുങ്ങിച്ചിരിച്ച കുഞ്ഞുപൈതലിന്റെ പാദസരംപോലെ സൗപർണ്ണിക ആ സ്വർണവർണത്തെ തഴുകി തലോടുന്നു.

“ശ്രീജേ നമുക്ക് വല്ലതും കഴിച്ചിട്ടുപോകാം റൂമിലേക്ക്.”

“ഇവിടെ ഉഡുപ്പി ഹോട്ടലുകൾ കാണും, നമുക്കതിൽ ഏതിലെങ്കിലും ഒന്നിൽ കയറാം. നല്ല നീർദോശ കിട്ടും.” ഒരു കള്ളച്ചിരിയോടെ ശ്രീജ അർജ്ജുനെ നോക്കി.

‘ഭക്ഷണത്തെകുറിച്ച് അന്വേഷിച്ചുനടക്കുകയും ആളുകളെ കഴിക്കാൻ കൊതിപ്പിക്കയും ചെയ്യിടത്തുനിന്നാണല്ലോ നമ്മൾ ആദ്യമായി പരിചയപ്പെടുന്നത് തന്നെ’ അതെല്ലാം മനസിൽ മിന്നിമാഞ്ഞു.

അർജ്ജുന് മദിരാശി പട്ടണത്തിൽ ഒരു ഭക്ഷണശാല നടത്തുന്നു. ആ പട്ടണത്തിൽ ജോലി ചെയ്യുന്ന ശ്രീജ തന്റെ ഹോസ്റ്റൽ മുറിയിലേക്കു ഓർഡർ ചെയ്യാൻ വിളിച്ച ഫോൺവിളിയിൽ, ഒരു പലഹാരത്തിന് കൊടുത്ത വിശദീകരണം, അതെങ്ങനെ വേണം തനിക്കു കൊണ്ടുവന്നു തരുവാൻ എന്ന് സഹായിയോട് പറയുന്ന രീതി, അതാണ് അർജ്ജുനെ ശ്രീജയെന്ന വ്യക്തിയിലേക്ക് എത്തിച്ചത്.

‘ഒരു ഭക്ഷണത്തെ ഇത്രയേറെ വൈവിധ്യമായി ചിന്തിക്കുകയും,

കണ്ടെത്താൻ ശ്രമിക്കുകയും, ബഹുമാനിക്കുകയും ചെയ്യുന്ന ആ പെൺമനസ്സിൽ തീർച്ചയായും എന്തോ ഉണ്ടെന്നൊരു തോന്നൽ. പിന്നൊരിക്കൽപോലും ശ്രീജ അങ്ങോട്ട് വിളിച്ചിട്ടില്ല, അർജ്ജുനെ വിളിച്ചിട്ടുള്ളൂ. ഒരേ നഗരത്തിൽ ആയിരുന്നിട്ടും ഇരുവരും പരസ്പരം കണ്ടില്ല എന്നത് കൂട്ടുകാർക്കുപോലും വിശ്വസിക്കാനായില്ല. ശ്രീജ പറഞ്ഞു,

"എന്നെ കണ്ടെത്താൻ ശ്രമിക്കരുത്."

'ശ്രീജ പറഞ്ഞിട്ട് എന്താണ് കേട്ടിട്ടില്ലാത്തത്. ശ്രമിച്ചില്ല ഒരിക്കലും.'

വാക്കുകളുടെ ഓളങ്ങളിൽ തട്ടി വരികൾക്കിടയിൽ വായിച്ച പ്രണയിച്ച ഒരു ദിനത്തിൽ ശ്രീജ പറഞ്ഞു,

"ആംബയുടെ മണ്ണിൽ നമുക്കു കാണാം."

കല, സാഹിത്യം, സംസ്കാരം, മനുഷ്യജീവിതത്തിന്റെ നേർക്കാഴ്ച, പ്രണയം, കാമനകൾ, എല്ലാത്തിന്റെയും ലോകത്ത് നീരാടിയ ആ പ്രണയം, കുടജാദ്രിയുടെ മഞ്ഞിൽ അലിയാൻ കൊതിച്ചു.

അഡിഗാസ് ഹോട്ടലിന്റെ ചെറു കസേരക്കിപ്പുറത്തും അപ്പുറത്തും ഇരുന്ന് അവർ രണ്ടുപേരും പരസ്പരം നോക്കി. ഭക്ഷണത്തിന്റെ കലവറയുടെ താക്കോലുള്ള എനിക്ക് ഈ നീർദോശയോട് പ്രണയമാണ്; കടുത്ത പ്രണയം.

പുലരിയുടെ പൊൻവെട്ടം കണ്ണുകളെ തഴുകുമ്പോൾ, അടുത്തുള്ള കടകളിൽ നിന്നു ഗാനഗന്ധർവ മാധുരി അർജ്ജുന്റെ വിരലുകളെ വെളുത്തനനുത്ത പ്രതലമുള്ള കിടക്കയുടെ ഒരു കോണിലേക്ക് നീട്ടുവാൻ കൊതിപ്പിച്ചു.

'സൗപർണ്ണികാമൃത വീചികൾ പാടും.... ജഗദംബികേ... മൂകാംബികേ....'

"ശ്രീജെ... ശ്രീജ എവിടെ...?"

എന്തെല്ലാമൊക്കെയോ വായിക്കുകയും എഴുതുകയും സംസാരിക്കുകയും അർദ്ധനാരീശ്വര സങ്കല്പത്തിലേക്ക് ഉയർന്ന് അഗ്നിതീർത്ഥവും കാശിതീർത്ഥവും ലയിച്ച് കണ്ണാടിച്ചില്ലുപോലെ തെളിനീരുറവ, സൗപർണ്ണികയെപ്പോലെ ആയിത്തീർന്ന നിമിഷങ്ങൾ, രാത്രിയുടെ രണ്ടാമത്തെ യാമം, ഇന്നലത്തെ യാത്ര. അവാച്യമാണ്...! അടുത്തുള്ള മേശയിൽനിന്നും കണ്ണട എടുത്ത് കണ്ണുകൾ

തിരുമ്മി അർജ്ജുന് മൂക്കിൽവെച്ചു.

മൊബൈലിൽ നോക്കി. സമയം അഞ്ചര.

'ശ്രീജ എവിടെ? കുളിക്കുകയായിരിക്കും.' അർജ്ജുന് ഒന്നുകൂടി പുതപ്പിനുള്ളിലേക്ക് ചുരുണ്ടു. അപ്പോഴാണ് കഴിഞ്ഞ രാത്രി ശ്രീജ എഴുതിവച്ച വരികൾ മേശപ്പുറത്ത് കണ്ണടക്കരികിൽ കണ്ടതേപറ്റി അവൻ ഓർത്തത്. 'എന്താണ് എഴുതിയിരിക്കുക?' ആകാംഷ മറച്ചു വെക്കാനായില്ല.! നോക്കട്ടെ, അവളുടെ വരികൾ.

ഒരു കുഞ്ഞുകൊല്ലൂസ്സിലുക്കത്തിലാണ് ആംബ അവിടെ എത്തിച്ചത്. മൂകാംബിക ക്ഷേത്രത്തിൽ എത്തുന്നതിന് എത്രയോ മുൻപേ വനദുർഗ്ഗക്ക് ഒരിടമുണ്ട്: കാനന ഭംഗിയുടെ പെൺചാരുത, വനദുർഗ്ഗ. കൊല്ലൂരിനടുത്ത് മസ്തികട്ടെ എന്ന സ്ഥലത്താണ് വനദുർഗ്ഗ. ദേവിയുടെ കാവലാൾ ആണെന്നാണ് ഐതിഹ്യം. പെണ്ണിന് പെൺ തന്നെ കാവലാളായി ഉള്ള ആദ്യത്തേതും ഏകമായതുമായ ക്ഷേത്രമാണ് മൂകാംബിക.

'പെണ്ണിനെ പെണ്ണ് തന്നെ കാക്കണം...'

'വന ദുർഗ്ഗയുടെ ഇടം. അവിടെ വനത്തിന്റെ സൗന്ദര്യത്തെ ആവാഹിച്ചുവച്ച പെണ്ണിനെപോലെ വനദുർഗ്ഗ.' ധാരാളം മരത്തൊട്ടിലുകൾക്കു നടുവിൽ അവൾ. കുഞ്ഞുണ്ടാവാൻ പ്രാർത്ഥിക്കുന്നവർ വനദുർഗ്ഗയെ സംരക്ഷിക്കാത്തതെന്തേ?

ഈ പ്രകൃതിയല്ലേ ഹേ മനുഷ്യമൃഗങ്ങളെ, നിങ്ങൾക്ക് കുഞ്ഞുങ്ങളെ തരുന്നത്? അതു നിന്റെ നേട്ടമായാഹങ്കരിച്ച നാളിൽ എന്റെ മരങ്ങളാൽ തീർത്ത മരത്തൊട്ടിലുകൾ തന്നെ വേണ്ടിവന്നു ആരാധിക്കാൻ. തുടങ്ങിയിടത്തേക്കു തന്നെ നിങ്ങൾ വരികയാണല്ലോ ഇതിലൂടെ.' എന്ന് കാടിന്റെ ഉൾവിളി കേട്ടു.

ശ്രീജക്കുള്ളിലെ നാസ്തികയുടെ തോത് വിസ്മയിച്ച് അർജ്ജുന് അടക്കിചിരിച്ചു. അർജ്ജുൻ ആ ഡയറി മേശപ്പുറത്തേക്കുവെച്ചു. കണ്ണുകളിൽ വനദുർഗ്ഗയുടെ രൂപം, അർജ്ജുൻ മയക്കത്തിലാണ്ടു.

6 മണിക്കാണ് കുടജാദ്രി കേറാൻ ജീപ്പ് വരാമെന്ന് പറഞ്ഞത്. ഹോട്ടലിനുമുൻപിൽ ജീപ്പ് വരും. 25 km കുടജാദ്രിയിലേക്ക്.

200 രൂപ ഒരാൾക്ക്. ഇത് ഒരു ബിസിനസ്സാണ് ഇവർക്ക്. ഓട്ടുക, മഴയിലും വെയിലിലും കല്ലും മണ്ണും മലയും താണ്ടി ഓടിക്കൊണ്ടേയിരിക്കുക.

'മിക്കവാറും ശ്രീജ ഇത് നടന്നുതന്നെ കേറും. ഞാനും. അതു കൊണ്ട് മഞ്ഞിന്റെ സുഖമറിഞ്ഞ് ഒന്നുകൂടെ ഉറങ്ങാം.'

ചിത്രമൂലയിലേക്കുള്ള പദയാത്രികർ അവരെ കടന്ന് ദീർഘദൂരം അകന്നു. അർജ്ജുന് ശ്രീജയുടെ പുറകിൽ തലോടിക്കൊണ്ട് ചേർത്ത് പിടിച്ചു.

"ക്ഷീണിക്കുന്നുവെങ്കിൽ മടങ്ങാം."

"ഈ ലോകത്തെ ഏറ്റവും സുന്ദരമായ സ്ത്രീ വർണ്ണന ഏതാണ് അർജ്ജുൻ?"

ഈ ചോദ്യംകേട്ട് ശ്രീജയെ നോക്കി അർജ്ജുൻ പുഞ്ചിരിച്ചു. ഇത്രയും തളർന്നിട്ടും കാഴ്ചപ്പാടിന് മാറ്റമില്ലല്ലോ ശ്രീജെ നിനക്ക്, തീരുമാനത്തിനും. അതല്ലേ ഇതിൽനിന്നും മനസ്സിലാക്കേണ്ടത്? അവൻ ഉള്ളിൽ ചിന്തിച്ചുകൊണ്ട് മറുപടി ഇങ്ങനെ പറഞ്ഞു.

"ശ്രീജ എന്ന പേര് ആയിരിക്കാം."

ശ്രീജ പൊട്ടിച്ചിരിച്ചു.

സൗന്ദര്യ ലഹരി, ശ്രീ ശങ്കരൻ രചിച്ച സൗന്ദര്യ ലഹരിയിലെ ദേവീ വർണ്ണന. അത് രചിച്ച ഇടമാണ് ചിത്രമൂലം എന്നാണ് പറയുന്നത്. സംസ്കൃതത്തിൽ രചിച്ച ശ്ലോകരൂപാഖ്യായികയിൽ മഹത്തരം സൗന്ദര്യ ലഹരി ആണ്. ചിത്രമൂലത്തിൽ ഇന്നും ശങ്കരന്റെ ചെറു പീഠം ഉണ്ട്. ഏത് മഞ്ഞിലും മഴയിലും വെയിലിലും ഒരുതിരി കത്തുന്നത് ആ മഹത്തരമായ കാവ്യാത്മാവിന്റെ പുണ്യം നിലനിർത്താൻ കൂടിയാണ്. അർജ്ജുനിനെപോലെ ശങ്കരനും ഇങ്ങനെ ദേവിയെ വർണിച്ചിരിക്കാം ശ്രീജ അതോർത്ത് ഉള്ളിൽ ചിരിച്ചു. എന്ത് വിചിത്രമായ ചിന്ത! ശങ്കരൻ ദേവിയോട് പ്രണയമോ?

ശ്രീജ ചിത്രമൂലയിലേക്ക് വിരൽചൂണ്ടി അർജ്ജുനോട് പറഞ്ഞു.

"ശങ്കരൻ ദേവിയെ പ്രണയിച്ചു."

"പ്രണയമോ?" അർജ്ജുൻ നെറ്റി ചുളിച്ചു.

"അതെ." ശ്രീജയുടെ വാക്കുകൾ ഉറപ്പുള്ളതായിരുന്നു.

"ഭക്തിയും ഒരുതരം പ്രണയമാണ്. പതിനായിരത്തെട്ട് പ്രിയതമകൾ ഉണ്ടായിട്ടും ശ്രീകൃഷ്ണന്റെ മീര, മീരാബായ് എന്ന ഭക്ത മനസിൽ പതിഞ്ഞു. മീരയ്ക്ക് ഭക്തിയോടെയുള്ള പ്രണയം ഉണ്ടായിരുന്നു കൃഷ്ണനോട്. ശങ്കരന് ഭക്തിയോടെയുള്ള പ്രണയം ഉണ്ടായിരുന്നു ദേവിയോട്. അതിന്റെ പ്ര

തിഫലനമാണ് സൗന്ദര്യലഹരി എന്ന് വിശ്വസിക്കാനാണ് എനിക്കിഷ്ടം."

ശ്രീജ ശങ്കര പീഠത്തെ നോക്കി ധ്യാനനിമഗ്നയായി നില്ക്കുന്നത് നോക്കിക്കൊണ്ട് അർജ്ജുൻ നിന്നു. അവന്റെ ഉള്ളുമന്ത്രിച്ചു.

'എനിക്ക് ശ്രീജയോട് പ്രണയമാണ്; ഭക്തിയോടെയുള്ള പ്രണയം.'

● *നവംബർ 2010*

സന്ദേശം

നിയോൺ വെളിച്ചത്തിൽ പാതയുടെ നീളം മങ്ങിയും തെളിഞ്ഞും തുടങ്ങിയ നേരം. വൃന്ദ കാറിന്റെ വേഗം കുറച്ചു. തുടരെ തുടരെ മുഴങ്ങിക്കൊണ്ടിരിക്കുന്ന വിളികളെ അവൾക്ക് അവഗണിക്കാനായില്ല.

കോരിച്ചൊരിയുന്ന മഴ ഇരുളിന്റെ നിശ്ശബ്ദതയിലേക്ക് ആഴ്ന്നിറങ്ങുമ്പോഴും നഗരം ആർത്തട്ടഹസിക്കുന്നു. അവൾ കാർ വെളുത്ത പാർക്കിംഗ് വരകളുടെ അച്ചടക്കത്തോടെ ചേർത്ത് ഒതുക്കി.

"പറയൂ ലക്ഷ്മി, ഞാൻ കാർ ഓടിക്കുകയായിരുന്നു."

"എനിക്ക് ആത്മഹത്യ ചെയ്യണം, എനിക്ക് ആരോടുമിത് പറയാനില്ല... എനിക്ക് പറയണം."

വൃന്ദ കാറിന്റെ ചില്ലിലൂടെ ഒഴുകിവരുന്ന മഴത്തുള്ളികളെ ഓമനിച്ച് അതിൽ വിരൽ ചലിപ്പിച്ചു.

"ലക്ഷ്മി, ആത്മഹത്യ അത് ഇന്ന് വേണ്ടാ. നല്ല മഴയുണ്ട്. മഴ നനഞ്ഞു നിന്റെ ജഡത്തിന് പനി പിടിച്ചാലോ?"

വൃന്ദയുടെ മറുപടി കേട്ട് ലക്ഷ്മി ഞെട്ടി. ഒരു കൗൺസിലർ ഇത്ര നിസ്സാരമായി ഒരാളുടെ ജീവനെ വിലയിരുത്താമോ? അവർ പ്രതിസന്ധികളുടെ തലനാരിഴക്കുരുക്കുകളിൽനിന്നും നിസ്സാര ജീവിതങ്ങളെ അടർത്തി മാറ്റുന്നവരല്ലേ?

"ലക്ഷ്മി, താൻ കേൾക്കുന്നുണ്ടോ ഞാൻ പറയുന്നത്?"

വൃന്ദ മഴയ്ക്ക് മുകളിൽ അച്ചടക്കത്തിന്റെ ചൂണ്ടുവിരൽ ചുണ്ടോടു ചേർത്ത് കണ്ണുരുട്ടി.

"അതായത്, നാളെ പകൽ ജബൽ ജൈസിൽനിന്നും ചാടാം. അവിടെനിന്ന് ഇതുവരെ ആരും ആത്മഹത്യ ചെയ്തിട്ടില്ല എന്നാണ് അറിവ്. നിന്റെ മരണം ഒരു റെക്കോർഡ് ആയി ദുബായ് സർക്കാരിൽ കിടക്കുന്നതൊരു ഗമയല്ലേ?"

"എനിക്കിന്ന് മരിക്കണം. എനിക്കിത് സഹിക്കാൻ വയ്യ. എന്റെ ജീവിതം വ്യർത്ഥമാണ്."

"ലക്ഷ്മി, മഴയൊന്നടങ്ങിയിട്ട് ഞാൻ അങ്ങോട്ടേക്ക് വരാം, ശാന്തമായിരിക്കു. പ്രതിവിധിയുണ്ടാക്കാം."

"ശരി." ലക്ഷ്മി വിതുമ്പിക്കൊണ്ട് ഫോൺ അടുത്തുള്ള സോഫയിലേക്ക് എറിഞ്ഞു.

എനിക്കിനി ജീവിക്കേണ്ട. ഞാൻ ജീവിച്ചുകൂടാ. എന്റെ മരണം ഒരു സന്ദേശം ആയിരിക്കണം, എന്നെപ്പോലെയുള്ള വിഡ്ഢികളുടെ സ്വർഗത്തിൽ ജീവിക്കുന്ന മൂകജന്മങ്ങൾക്കുള്ള സന്ദേശം!

മഴയ്ക്ക് പെയ്തൊഴിയലിന്റെ വിവശത. ആഭേരിയുടെ താളലയത്തിൽ അത് വൃന്ദയുടെ കൺപീലികളെ തലോടി. കാറ്റിന് ശക്തി കുറഞ്ഞിരിക്കുന്നു. ഇനി യാത്ര ആകാം.

മഴകൊണ്ട് ഇരുണ്ട ഗോവണിപ്പടികളെ ആശങ്കയുടെ നിഴൽപ്പാടോടെ പാദങ്ങൾ അമർത്തി അവൾ മുകളിലേക്ക് കയറിച്ചെന്നു. വാതിൽ ചാരിയിരുന്നില്ല.

"ലക്ഷ്മി..." വൃന്ദ അകത്തേക്ക് നീട്ടിവിളിച്ചു.

അപ്പോഴവൾ ഇരുട്ടിൽ ഒളിച്ചുകളിക്കുന്ന കുട്ടിയെപ്പോലെ ഓടിവന്ന് വൃന്ദയുടെ പുറകിലൂടെ കെട്ടിപ്പിടിച്ചു.

"എനിക്കിനി വയ്യ വൃന്ദ." ആ സാഹോദര്യത്തിന്റെ ചൂടിൽ വൃന്ദ അലിഞ്ഞു.

"സാരമില്ല ലക്ഷ്മി."

അവൾ മൗനമായി വൃന്ദയുടെ നനഞ്ഞിഴുകിയ ബ്ലൗസിലൂടെ ഊർന്നുവീണ മഴത്തുള്ളികളെ കണ്ണിമകളിൽ പതിപ്പിച്ചു. ആ ചൂടിന്റെ കുളിര് അവൾക്ക് ആശ്വാസമായി.

"ലക്ഷ്മി..."

"മ്മം..."

"എന്താണുണ്ടായത്?"

"വൃന്ദ..."

അവൾ വൃന്ദയെ സോഫയിൽ ഇരിക്കാൻ അനുവദിച്ചു. മടിയിൽ മുഖം ചേർത്തവൾ വിതുമ്പി. തലനാരിഴകളെ ഓമനിച്ച് തലോടി വൃന്ദ വീണ്ടും ചോദിച്ചു.

"എന്താണുണ്ടായത്?"

"വൃന്ദ, ഞാൻ പലരുമായി ശരീരം പങ്കുവച്ചു!!!"

"ആത്മഹത്യ ചെയ്താൽ അത് ചെയ്തില്ല എന്ന് ആകുമോ ലക്ഷ്മി?"

"ഇല്ലായിരിക്കാം."

അവളുടെ കണ്ണീരിന്റെ നനവ് വൃന്ദയുടെ സാരിയിൽ മഴയെക്കാൾ നനഞ്ഞൊലിച്ചു.

"വൃന്ദ, ഞാൻ ഒരു ശരാശരി വിഡ്ഢി ആയിപോയി. ശരാശരി വിഡ്ഢികളാണല്ലോ പഴിചാരലുകൾക്കും ആത്മസംഘർഷങ്ങൾക്കും എന്നും ഇരകൾ. എനിക്കിത് എങ്ങനെ പറയണം എന്നറിയില്ല". അവളല്പം നിർത്തി വിതുമ്പലോടെ തുടർന്നു.

"ഞാൻ ഒരു ഫേസ്ബുക്ക് അക്കൗണ്ട് തുടങ്ങി. അതിൽ എന്റെ തുണി വ്യാപാരം വിപുലീകരിച്ചു, നിനക്കറിയാമല്ലോ?"

"അറിയാം. ഞാൻ നിന്റെ കൂട്ടുകാരിയാണല്ലോ അതിലും."

"ഞാൻ ഒറ്റപെട്ട ഏതോ നിമിഷത്തിൽ. വളരെ അടുത്ത കൂട്ടുകാരുമായി അതിൽ സംവദിച്ചു. എന്റെ നിർഭാഗ്യം എന്നു പറയട്ടെ. എന്റെ ഫാഷൻ സങ്കല്പങ്ങളോട് യോജിക്കാൻ ധാരാളം മനസുകൾ ഉണ്ടായിരുന്നു. അതിൽ ചിലർ ഉറ്റസൗഹൃദങ്ങളുമായി. ആ സൗഹൃദങ്ങൾ ആത്മബന്ധങ്ങളിലേക്ക് വഴിവച്ചു. ഞാൻ അവരുടെ നിത്യ തോഴിയായി."

"ഉം." വൃന്ദ അവളെ ഉറ്റുനോക്കി.

"ലക്ഷ്മി, നീ എവിടെയാണ് ജീവിതത്തിൽ ഒറ്റപ്പെട്ടത്?"

"ഞാൻ ഒറ്റപ്പെട്ടില്ലല്ലോ വൃന്ദ? എനിക്കെല്ലാവരുമുണ്ടല്ലോ?"

"എല്ലാവരുമുള്ള നിനക്ക് ഒരു കുടുംബിനി ആയിട്ടുപോലും എങ്ങനെയാണ് മറ്റെല്ലാവർക്കുമായി സമയം ഉണ്ടായത്.?"

"അറിയില്ല."

“സാരമില്ല. ജീവിതം നൽകുന്ന പാഠങ്ങൾ, കൂടുതൽ മികച്ച കാൽവയ്പുകൾക്ക് ഇടംനൽകും. ഇനി ഒരാൾക്ക് നിന്റെ സമയം കാർന്നു തിന്നുവാൻ ആകില്ലല്ലോ? നീ വിവേകിയായി പരിണമിച്ചുവല്ലോ ഈയൊരു അനുഭവത്തിലൂടെ. ഇനി എന്ത് എന്നതിനെപറ്റി ചിന്തിക്കൂ.”

“എനിക്ക് മരിക്കണം...!!!”

മഴ തോർന്നിരുന്നില്ല.

“ലക്ഷ്മീ, നീ എനിക്ക് ഒരു ചായ ഉണ്ടാക്കി തരുമോ? പിന്നെ മാറാൻ നിന്റെ ഒരു ഡ്രസ്സും.” അവളുടെ മറുപടി കേട്ട് സ്തബ്ധയായി ലക്ഷ്മിനിന്നു.

ലക്ഷ്മിയുടെ കവിളിൽ ഒലിച്ച കണ്ണുനീർ തിളയ്ക്കുന്ന ചായക്കുമിളയിലേക്ക് ഇറ്റു വീണു. ലക്ഷ്മി തന്നിലേക്കലയടിക്കുന്ന തിരമാലകളെപോലെ ഇരച്ചുകയറുന്ന ആശങ്കയുടെ കടലിനെ നിസ്സംഗതയോടെ നോക്കിനിന്നു.

“എനിക്ക് എന്താണ് സംഭവിച്ചത് വൃന്ദ? ഞാൻ ഇങ്ങനെയൊന്നും ആയിരുന്നില്ലല്ലോ? ഇങ്ങനെ ചെയ്യുന്നതിലൂടെ ഞാൻ ജീവിതത്തിൽ കടന്നുവരുന്ന പ്രതിസന്ധികളിൽനിന്നും ഒളിച്ചോടുകയാണോ പലരിലൂടെയും ചെയ്യുന്നത്? പറയൂ വൃന്ദ. എന്നിൽവന്ന് ചേക്കേറിയ ഓരോ കിളിയും എനിക്ക് സൗമ്യമായി ശ്രുതി മധുരമായി പാടിത്തന്ന ഓരോ രാഗത്തിനും ഒരു ലയമുണ്ടായിരുന്നു. അവയെ ഞാൻ വർണനൂലുകൾ കോർത്തെടുത്ത പുതുവസ്ത്രംപോലെ ഓമനിച്ചു. ഞാൻ എന്നിലെ നീലാംബരിയിലേക്ക് ഇണചേർന്നപ്പോളാണ് എന്റെ മൗനം വാചാലമായത്. വൃന്ദ, എന്റെ പാദങ്ങൾ ഇടറിയതും ആ നീലാംബരിയിൽതന്നെ. എന്റെ ഈ ലയമാധുരിയിൽ ചേക്കേറിയ പക്ഷികൾ എന്നെ ജരിതയുടെ മക്കളോടെന്നപോലെ കരുതൽ നൽകി. ഞാനാ കരുതലിന്റെ ചൂടിൽ മയങ്ങി. ചിറകടിച്ച് പറന്നകലാതെ ആ ചൂട് എന്നെ താലോലിച്ചു. പക്ഷേ... എന്റെ കൃഷ്ണപക്ഷക്കിളി എന്നെ ആ ചൂടിൽ എരിയിച്ചു. ഞാൻ സംവദിച്ച എന്റെ പ്രിയ ഇഷ്ടങ്ങൾക്കിടയിൽ ഒരു മുഖം എന്നിൽ പറക്കുവാൻ കൊതി നൽകി. ഒരു കുടുംബത്തിന്റെ മുഴുവൻ കണക്കുക്കൂട്ടലുകളും കൊണ്ടുനടന്ന ഞാൻ, ആ പക്ഷിയെ മാത്രമായി ഉള്ളിൽ ഓമനിച്ചു, മാറോടണച്ചു!!!”

വൃന്ദ ചായക്കോപ്പ നീക്കി. ഇറ്റിറ്റുവീഴുന്ന മഴത്തുള്ളികളെ ബാൽക്കണിയുടെ കൈവരികളിലേക്ക് എണ്ണം പഠിപ്പിച്ചു. എണ്ണിത്തീരാത്ത മഴത്തുള്ളികൾപോലെ എണ്ണമറ്റ അനുഭവ തുള്ളികൾ.

“അവൻ നിന്നെ ചതിച്ചു, അല്ലേ?” പച്ചമാംസത്തിലെ കീറലുകളിലെ നീറ്റൽപോലെ പുളയുന്ന ലക്ഷ്മിയുടെ ഉള്ളിലേക്ക് ഒരു ചോദ്യ

ത്തിന്റെ കനൽക്കൂടി.

"ഇല്ലെന്ന് വിശ്വസിക്കാനാണ് എനിക്കിഷ്ടം, വൃന്ദ. എന്റെ ഹൃദയത്തോട് ഞാൻ ചേർത്തുവച്ചിരുന്ന കൃഷ്ണനെ, എന്റെ ഉള്ളിൽ ഒരു രാധയുടെ ചാപല്യങ്ങളിൽനിന്നും എന്നെ മീരയാക്കിയ കൃഷ്ണനെ, പലവഴികളിൽ ചേക്കേറിയ പക്ഷികൾ തൻ ചിറകിന്റെ ചൂടുഗന്ധം അവനിൽ വ്യത്യസ്തമാക്കിയ എന്റെ കാഴ്ചപ്പാടിന്റെ വേഗത്തെ ഞാൻ അറിഞ്ഞു വൃന്ദ. എന്റെ ഭയത്തിന്റെ കൈവഴികളിലൂടെ അലമുറയിട്ട് വിലപിക്കുന്ന മൗനങ്ങളെ എനിക്ക് ഭഞ്ജിക്കാനാകുന്നില്ല വൃന്ദ."

"നീ നിന്നിലേക്കുതന്നെ സഞ്ചരിക്കു ലക്ഷ്മി, ശരി തെറ്റുകളുടെ വേലിയേറ്റങ്ങളും ഇറക്കങ്ങളുംനിന്നിൽ ചലനങ്ങൾ സൃഷ്ടിക്കും. നിനക്ക് നിന്നോട് നീതിപുലർത്തണ്ടേ?"

"വേണം വൃന്ദ, എനിക്കതാണ് വേണ്ടതെന്ന് ഇപ്പോളാണ് ഞാൻ തിരിച്ചറിയുന്നത്... നിന്നിലൂടെ."

"എന്റെ കൈ പിടിക്കു എന്ന് ഞാൻ പറയില്ല. ആരുടേയും കൈപിടിച്ചാവരുത് ജീവിതതാളം. കൈപ്പിടി അകന്നാൽ താളം തെറ്റും. നിന്റെ പക്ഷി വൃന്ദത്തെ നീ അവരവരുടെ കൂടുകളിലേക്കുതന്നെ ചേക്കേറാൻ അനുവദിക്കൂ. വൈകാരികമായ ചൂടിൽനിന്ന് അവരെ മഴ നനയാൻ അനുവദിക്കൂ. സത്യത്തിന്റെ കുളിരിൽ അവരും നനയട്ടെ."

"എന്റെ ആത്മസംഘർഷത്തിന്റെ വടംവലിയിൽ അവരെന്നെ മുറുക്കുന്നു. അവരെ എനിക്ക് മഴ നനയിക്കാനാകില്ല വൃന്ദ, ഞാനാണ് അവരുടെ കുട."

"അല്ല ലക്ഷ്മി. അത് നിന്റെ മിഥ്യയാണ്. ആകാശമാണ് ഓരോ പക്ഷിയുടെയും കുട. അതിനുതാഴെനിന്ന ഒരു തണൽമരം മാത്രമാണ് നീ. അവർക്കഭയം നൽകി. അവർക്ക് പറക്കാനാവില്ലെന്ന് വ്യാമോഹിക്കരുത്. പറക്കാൻ അവർക്കാകാശമുണ്ട്. ഇപ്പോഴും ആ കൃഷ്ണപക്ഷ പക്ഷിയെ നിനക്ക് വേണമോ?"

"വേണം, അല്ല വേണ്ടാ."

"വരൂ, നമുക്കൊരു യാത്ര പോകാം. രഞ്ജിത്ത് ഉറങ്ങട്ടെ. മക്കൾ കൂടെ ഉണ്ടല്ലോ?"

"എങ്ങോട്ടാണ് വൃന്ദ?"

"മരിക്കാൻ തീരുമാനിച്ച നിനക്ക് ആകാശത്തിനുകീഴെ ഭൂമിക്കുമുകളിൽ ഏതിടവും ഒന്നല്ലേ? മരണം എന്ന വികാരം ഏത് ഭൂപ്രകൃതിയി

ല്ലം ഒരുപോലെയല്ലേ? അതിനുമുൻപ് എന്നോടൊപ്പമുള്ള ഒരു യാത്ര നീ നിന്റെ ആത്മാവിന് നൽകുന്നൊരു സമ്മാനം ആയിക്കൊള്ളട്ടെ. യാത്രകൾ ആത്മാവിന് നൽകുന്ന സമ്മാനമാണ്. നിന്റെ ആത്മാവിനോട് നിനക്ക് സംവദിക്കണ്ടേ?"

ഒരു കൊച്ചുകുട്ടിയെ പോലെ ലക്ഷ്മി ചിരിച്ചു, 'എന്റെ ആത്മാവ് എന്നോട് സംസാരിക്കുന്നതിപ്പോൾ നിന്നിലൂടെയാണ്. എന്റെ മനസിന്റെ കടിഞ്ഞാൺ പതിയെ പതിയെ അഞ്ച് കുതിരയെ പൂട്ടിയ രഥത്തിൽ ശ്രീകൃഷ്ണ ഗീത ചൊല്ലിയാട്ടം.'

കാറിന്റെ താക്കോൽ കൈക്കുമ്പിളിൽ അമർത്തിപ്പിടിച്ച് മറ്റു കൈകൊണ്ട് വൃന്ദ അവളുടെ തോളത്ത് ചേർത്തുപിടിച്ച് കുട നിവർത്തി. അവളുടെ കണ്ണുകൾ ഇരുണ്ട ആകാശത്തിലെ കുഞ്ഞു നക്ഷത്രങ്ങൾപോലെ തിളങ്ങി പ്രകാശം ചൊരിഞ്ഞു.

ചില സ്ത്രീകൾക്കും... ശ്രീകൃഷ്ണ ഗീത ജീവിതഗന്ധിയാണ്...

ആറായിരത്തി മുന്നൂറ്റി നാല്പത്തിയഞ്ച് അടി. ഒരു ദീർഘനിശ്വാസത്തോടെ അവൾ ലക്ഷ്മിയെ നോക്കി.

"നിനക്ക് ചാടണോ?"

"ഞാൻ ചാടും. അതാണ് എന്റെ അവസ്ഥ."

"ഞാൻ നോക്കിനിൽക്കാം നീ കുതിക്കുംവരെ, മരിക്കുംവരെയും. അതിനുമുൻപ് പക്ഷികളെ നീ ചില്ലകൾ കുലുക്കി പറന്നകലാൻ അനുവദിക്കണം എന്ത് പറയുന്നു?"

"ഞാൻ അവരോട് ചില്ലകൾ ഒഴിയാൻ താക്കീത് നൽകണോ വൃന്ദ, അതുവേണോ?"

മലനിരകളുടെ സൗന്ദര്യം. ഇരുൾവീണ പാതയിൽ മിന്നാമിനുങ്ങുകളെപോലെ ക്യാമ്പുകൾകെട്ടി പച്ചമാംസം ചുടുന്ന ആദിമ മനുഷ്യനിലേക്കുള്ള തിരിച്ചുപോക്കിന്റെ അടയാളങ്ങൾ. വന്യമായ കാറ്റിന്റെ കാഹളം മലനിരകളെ വലംവച്ച് അവർക്കിടയിൽ പതുങ്ങി നിന്നു.

"നീ വിവാഹം ചെയ്യാമോ എന്ന് ആരോടെങ്കിലും ചോദിച്ചിട്ടുണ്ടോ?"

"ഇല്ല."

"എന്തുകൊണ്ട്?"

"എനിക്ക് ചോദിക്കണമെന്ന് തോന്നിയില്ല."

"എനിക്കവരുടെ സാമീപ്യം ഒരു മായയായിരുന്നു, വൃന്ദ. ഞാൻ പലരിലും പലതാണ് കണ്ടത്. ചിലരിൽ കരുതൽ, ചിലരിൽ കാമം, ചിലരിൽ സംഗീതം, ചിലരിൽ അക്ഷരങ്ങൾ, ചിലരിൽ വൈദഗ്ധ്യം, പ്രകൃതിസ്നേഹം, സഹജീവികളോടുള്ള സ്നേഹം, അങ്ങനെ പലരും പല താണ്. പല ചേരുവകൾ ചേർത്തൊരു സദ്യയുണ്ടാക്കി കഴിച്ചുരസിച്ച ഞാൻ. എന്റെ ഊണില കീറി." അവൾ ആർത്തിരമ്പി കരഞ്ഞു. മലനിരകളിൽ അവ പ്രതിധ്വനിച്ചു. വൃന്ദയുടെ മനസിൽ ഒരു ശംഖൊലിയായി.

"നീ നേടിയത്, നീ നൽകിയോ അവർക്ക്?"

"നൽകി എന്റെ നൈപുണ്യത്തിന്റെ ചാരുത മുഴുവൻ പകർന്നു നൽകി. അവർ അക്ഷയ പാത്രത്തോളം എന്നെ പുകഴ്ത്തി."

"ആർക്കു പ്രണയം നൽകി?"

അവൾ ഒരു കുപ്പിവെള്ളം ആർത്തിയോടെ ചുണ്ടിലേക്ക് ആഴ്ന്നിറക്കി.

"എന്റെ കൃഷ്ണപക്ഷ പക്ഷി. അവനുമാത്രം. പക്ഷേ അവൻ, ഞാൻ മുൻകാലങ്ങളിൽചെയ്ത തെറ്റിൽ എന്നെ വിലയിരുത്തി. പല പക്ഷികൾക്കഭയം നല്കിയവൾ എന്ന ധാരണയിൽ എന്നെ അവൻ വേശ്യയെന്ന് മുദ്രകുത്തി. അവനോടുള്ള എന്റെ അഭിനിവേശം ശരീരദാഹമായി കണ്ടു. എന്റെ പ്രണയത്തെ ആൺകൂട്ടായ്മയുടെ കൊറിക്കലുകൾക്കിടയിൽ ചവച്ചരച്ചു. 'ഞാൻ വഴിപിഴച്ചവൾ' എന്ന ഘട്ടത്തിൽ എന്നെ അത് എത്തിച്ചു. ഞാൻ... ഞാൻ അവനെ ആത്മാർത്ഥമായി പ്രണയിച്ചിരുന്നു വൃന്ദ." അവൾ വിതുമ്പിക്കൊണ്ട് വൃന്ദയെ കെട്ടിപ്പുണർന്നു. "മറ്റുള്ളതെല്ലാം എനിക്ക് മായയായിരുന്നു. എനിക്കത് നന്നായറിയാം."

"മായ അല്ല ലക്ഷ്മി, മാനസിക വിഭ്രാന്തി. ഒരാളോട് പ്രണയം തോന്നുകയും അത് നിയന്ത്രിക്കാനോ അല്ലെങ്കിൽ വെളിപ്പെടുത്താനോ തോന്നുന്നത് അവരവരുടെ വ്യക്തിത്വത്തെ അപേക്ഷിച്ചിരിക്കുന്നു. ജീവിതം ഒരു വാഗ്ദാനം അല്ല. അപ്രഖ്യാപിത വ്യാഖ്യാനം അതിനുനൽകേണ്ടതില്ല. ഒരു കുടുംബം നിലനിൽക്കെ നിനക്കൊരു പ്രണയം ഉണ്ടായതിന് സാഹചര്യങ്ങൾ പലതുണ്ടാകാം. പക്ഷേ പലരിൽ നീ ചേക്കേറി ഉടലാഴങ്ങളിൽ പ്രണയിച്ചു. ലക്ഷ്മി, പകൽ നീ ഈ മലനിരകളുടെ സൗന്ദര്യം കണ്ടിട്ടുണ്ടോ? മണ്ണിന്റെ നിറവും ചാരനിറവും കലർന്ന മലനിരകൾ നമ്മെ മോഹിപ്പിക്കും. അറബ് രാജ്യങ്ങളുടെ ഉത്തുംഗ ശൃംഗം. ഈ മലനിരകൾക്ക് പറയാൻ ഒരുപാടുണ്ട്. ചോർന്നൊലിച്ച മണലാരണ്യക്കുന്നുകളുടെ നിർമിതികളെ കുറിച്ചല്ല, മറിച്ച് ഒരിക്കലും തലകുനിക്കാത്ത അടിമവീര്യത്തെകുറിച്ച്."

"ഞാൻ പകൽ എന്നല്ല, ഇതുവരെയും ഇവിടെ വന്നിട്ടില്ല." ലക്ഷ്മി കാറിന്റെ സീറ്റിൽ ചാരിയിരുന്നു.

"വരണം. നമുക്ക് ചുറ്റും പ്രകൃതിയുടെ ദൃഷ്ടാന്തങ്ങൾ ഉണ്ട്. നവീനതയുടെയും ന്യൂനതയുടെയും ദൃഷ്ടാന്തങ്ങൾ ഒരുപോലെ. ഓരോ പ്രകൃതിചിഹ്നങ്ങളും അതിന്റെ ബാക്കിവെയ്പുകളാണ്. അതിലേക്ക് ശ്രദ്ധിക്കൂ ലക്ഷ്മി. നിനക്ക് ജീവിതസത്യത്തെതന്നെ കാണാം, അറിയാം അനുഭവിക്കാം."

ചോർന്നൊലിച്ച ഓരോ മണൽതരിയും മരുഭൂമിക്ക് ഊഷരതയുടെ മുതൽക്കൂട്ടാകാൻ പർവ്വതനിരകൾ നൽകിയ സ്നേഹമാണ്, കരുതലാണ്. അതിൽ ചുട്ടുനീറിയ മണൽതരികളെ ആരും വെറുക്കുന്നില്ല. അവിടങ്ങളിൽപോലും സ്വപ്നനഗരം പണിതുയർന്നു. അതാണ് ജീവിതം. അതുമാത്രമാണ് ജീവിതം. നിലനില്പിന്റെ പ്രകൃതിശാസ്ത്രം.

"നിന്റെ എത്ര ഫോട്ടോകൾ ആരുടെയൊക്കെ കൈകളിൽ ഉണ്ട്. അവരാരെങ്കിലും നിന്നെ ചതിച്ചോ?"

ലക്ഷ്മി ഒരു ഞെട്ടലോടെ വൃന്ദയെ നോക്കി.

"ഇല്ല വൃന്ദ. അവരൊക്കെ എന്നെ ചതിച്ചെന്ന് ഞാൻ പറയില്ല. ചിലർ എന്നെ വാക്കുകൊണ്ട് ചതിച്ചിട്ടുണ്ട്. ഫോട്ടോ ഒന്നും ആരും എന്റെ കണ്ടിട്ടില്ല. പക്ഷേ, ഞാൻ അത് ചെയ്തു എന്നത് ഒരു സത്യമായിട്ട് നിലനിൽക്കെ ഞാൻ എങ്ങനെയാണ് ആ തിരിച്ചറിവോടെ ജീവിക്കുന്നത്? എനിക്ക് ജീവിക്കണ്ടേ?"

"നാളെ പകൽ നീ ജഡമായാൽ നിനക്കുചുറ്റും ഈ പക്ഷികൾ വന്ന് നിന്റെ ചൂടാറാത്ത മാംസത്തിൽ വിലപിക്കുമോ?"

ലക്ഷ്മി ദയനീയമായി നോക്കി.

"ലക്ഷ്മി... നീ എന്ന വ്യക്തി ഒരു പേരു മാത്രമാണ് അവർക്ക്. അല്ലെങ്കിൽ ഒരു ശരീരം. അത് ഭംഗിയായി പൊതിഞ്ഞ വർണക്കടലാസാണ്, അവർ തീർത്ത ആ മായിക ലോകം. ആത്യന്തികമായി നിന്നിൽനിന്നവർക്ക് ശരീരം മാത്രമേ ആവശ്യമുള്ളൂ. ആ ശരീത്തെയാണ് നീ വെടിയുന്നത്. എന്തിന്? തിരിച്ചറിവുള്ള മനസ് തങ്ങുന്ന ശരീരത്തിന് ഭാരമില്ല ലക്ഷ്മി. നിനക്കിപ്പോൾ ഭാരം തോന്നുന്നത് തിരിച്ചറിവിലേക്കുള്ള സംഘർഷത്തിൽ നീ ഇപ്പോഴും ഉഴലുന്നത് കൊണ്ടാണ്. നാളെ പകൽ നമുക്കിതേ മലനിരകൾ ഒന്നുകൂടെ കാണാം. ഉറച്ച പേശികളുള്ള ഭീമാകാരന്മാരായ പർവ്വതനിരകൾ കൈകെട്ടി നിന്നെനോക്കി നിൽക്കട്ടെ; നീയും."

വൃന്ദ സീറ്റ്ബെൽറ്റിന്റെ ആഴത്തിലുള്ള വരവിനെ മുറുക്കി കുരുക്കി.

"ഇവിടെ അടിവാരത്തിലേക്കെത്തുമ്പോൾ നമ്മൾ ക്യാമ്പിംഗ് മേഖലയിൽ കാറിൽ മയങ്ങും, കണ്ടിട്ടേ പോകുന്നുള്ളൂ."

ലക്ഷ്മി ജാക്കറ്റ് ഒന്നുകൂടെ മാറോടടക്കി ചേർത്തു.

"നിനക്ക് തണുക്കുന്നില്ലേ?"

കുളിരിൽ മലനിരകളുടെ മാറോട്ടുചേർന്ന് മഴ പാൽ ചുരത്തുന്ന ആകാശത്തെ നോക്കി അവർ ഇരുവരും നീങ്ങി. വൃന്ദ കാറിന്റെ വൈപ്പർ ചലിപ്പിച്ചു. തെളിഞ്ഞ ദിനം. അരികിലുള്ള സീറ്റിൽ ഉറങ്ങുന്ന ലക്ഷ്മിയെ സ്നേഹത്തോടെ മുടിയിൽ ഉഴിഞ്ഞു.

'ഉറങ്ങു ലക്ഷ്മി, നിന്റെ ഭാരം ഇന്നലെപെയ്ത മഴയിൽ ഈ പർവ്വതം നനയുന്നപോലെ അലിഞ്ഞില്ലാതായിരിക്കുന്നു.'

ലക്ഷ്മിയുടെ മൊബൈൽ ശബ്ദിച്ചു. വൃന്ദ ആ മൊബൈൽ എടുത്ത് കാറിന്റെ വാതിൽ പതുക്കെ ചാരി പുറത്തിറങ്ങി.

'രാധ തൻ പ്രേമത്തോടാണോ കൃഷ്ണ...

ഞാൻ പാട്ടും ഗീതത്തോടാണോ...' എന്ന ഗാനം പർവ്വതനിരകളെ ഉണർത്തി.

വൃന്ദ വാക്കുകൾ മൃദുവാക്കി ശബ്ദം ക്രമീകരിച്ചു.

"ഹലോ..."

മറുവശത്തുനിന്നും ഉറച്ച സ്വരം.

"ഇത് ആരാണ്? ലക്ഷ്മി എവിടെ?"

"കൃഷ്ണപക്ഷ പക്ഷി, ഞാൻ ലക്ഷ്മിയുടെ അടുത്ത കൂട്ടുകാരിയാണ്. അവൾ ആത്മഹത്യക്ക് ശ്രമിച്ചു. അവൾ വിശ്രമിക്കുകയാണ്. ഞാൻ അവളെ പിന്തിരിപ്പിക്കാൻ ശ്രമിക്കുകയാണ്. പക്ഷി ഒന്ന് മനസ്സിലാക്കണം. അവളൊരു പെണ്ണാണ്. നിങ്ങളെ സ്നേഹിക്കയും ചെയ്തു. മുൻ കാലങ്ങളിൽ പലതെറ്റുകളും ചെയ്തിരിക്കാം. പക്ഷേ അതുകൊണ്ട് ഒരു യഥാർത്ഥ പ്രണയം ഉണ്ടാകാൻപാടില്ല എന്നൊന്നും ഇല്ലല്ലോ. ആ പ്രണയമാണ് നിങ്ങൾ... അല്ല, ആയിരുന്നു!" നിങ്ങളത് മദ്യസഭയിൽ അല്ലെങ്കിൽ കൂട്ടുകാരോടുള്ള വീമ്പുപറച്ചിലിനിടയിൽ വിളമ്പി അവളുടെ ജീവിതം ഇല്ലാതാക്കി. ആരുടെയും ജീവിതം ഇല്ലാതാക്കാൻ തക്കതായ ഒരു വാക്കുപോലും നാവിൽനിന്നും വീഴരുത്. നിങ്ങൾക്കിനിയും അവസരമുണ്ട്. ഞാൻ നിങ്ങൾ ആരാണെന്ന് ചോദിക്കില്ല. നിങ്ങൾ അവളെക്കു

റിച്ച് ഈ വിധം കൂട്ടുകാരനോട് സംസാരിച്ചുവെന്ന് തുറന്നുപറയൂ. ഇനി ജീവിതത്തിൽ ഉണ്ടാവുകയില്ല, ചതിച്ചതിൽ കുറ്റബോധം ഉണ്ട്, അതിനാൽതന്നെ ബന്ധം തുടരുന്നില്ല, സമാധാനമായി ജീവിച്ചോളൂ എന്ന് പറയൂ. അല്ല, പറയണം."

അവർക്കിടയിലെ ശബ്ദത്തിന്റെ വീചികൾക്കിടയിൽ മലനിരകളിലെ കാറ്റ് വേലിക്കെട്ടുകൾ തീർത്തു. അയാൾ മൗനമായി.

"ഞാൻ സംസാരിക്കുന്നത് നിങ്ങൾക്ക് കേൾക്കാമോ?"
അയാൾ ശബ്ദം ഇടറിക്കൊണ്ട് പറഞ്ഞു.

"ശരി, ശരിയാണിത്. ശരി മാത്രം, നിനക്കും അവൾക്കും. അതുകൊണ്ടാണ് പറയുന്നത് ബന്ധത്തിൽ വിശ്വാസത്തെക്കാൾ മികച്ചതായൊരു വാക്ക് ഇതുവരെ കണ്ടെത്തിയിട്ടില്ല. ഇനി കണ്ടെത്താനാവുകയുമില്ല. അതാണ് പ്രണയം. പ്രണയം ഒരു വിശ്വാസമാണ്. പക്ഷി, അത് ഇപ്പോൾ പറയണം എന്ന് ഞാൻ വാശിപിടിക്കില്ല. അവൾ ഉറങ്ങുകയാണ്. വീണ്ടുമവൾ നിങ്ങളുടേതായ സ്വകാര്യനിമിഷത്തിൽ വരുമ്പോൾ പറയുമെന്ന് പ്രത്യാശിക്കുന്നു. ഇല്ലെങ്കിൽ, പക്ഷി എന്നോട് ക്ഷമിക്കൂ. ഞാൻ നിന്നെ അന്വേഷിച്ചുവരും, ഈ ഭൂമിയിൽ എവിടെയാണെങ്കിലും."

"നിങ്ങളുടെ പേരെന്താണ്?"

"വൃന്ദ."

"വൃന്ദ... ഞാൻ... ഞാൻ അങ്ങനെ ചെയ്യാം." അയാൾ പിന്നീട് മൗനത്തിലാണ്ടു. ഏതാനും മണിക്കൂറുകൾക്കുശേഷം ലക്ഷ്മി മിഴിതുറന്നുനോക്കുമ്പോൾ അവൾക്കരികിൽ അതേ പുഞ്ചിരിക്കുന്ന മുഖം വൃന്ദ. അവൾ ലക്ഷ്മിയുടെ നെറുകയിൽ തലോടിക്കൊണ്ട് പറഞ്ഞു.

"നിന്റെ മൗനം നിന്റേത് മാത്രമാണ് ലക്ഷ്മി. അതിനെ വിലയ്ക്കെടുക്കാൻ, ശബ്ദങ്ങൾക്ക് വില കല്പിക്കാതിരിക്കാൻ നിനക്കാകുമെങ്കിൽ പക്ഷിയുടെ കളകൂജനത്തേക്കാൾ നിന്റെ ആസ്വാദനം ആ നിശബ്ദതയിലായിരിക്കും.

"ഞാൻ ആരോടും സംവദിക്കില്ല വൃന്ദ; എനിക്കതിനുള്ള ശക്തിയില്ല. ഞാൻ ഈ ലോകത്ത് ഏതോ ഒരു കോണിൽ ഒളിവിൽ നിൽക്കാൻ പോവുകയാണ്. അല്ലെങ്കിൽ മരണം. ഇതേ എനിക്ക് ഗതിയുള്ളൂ."

"ലോകത്തെ ഏറ്റവും വലിയ പരാജയം നാം നമ്മെതന്നെ തരംതാഴ്ത്തലാണ്. നീ ഇന്നുള്ളപോലെതന്നെ നിലനിൽക്കണം. എല്ലാ പക്ഷികളും നിന്നോടുള്ള മമത ഉപേക്ഷിച്ച നിന്റെ ചില്ലയിലേക്ക് ദേശാടന

പക്ഷികളായി പരിണമിക്കില്ലയെന്ന് എന്താണ് നിനക്കുറപ്പ്? അവർ വരട്ടെ. നിന്റെ ചില്ലയിൽ ഇരിക്കട്ടെ. നീയാണെന്നുതന്നെ അറിഞ്ഞ് ആ ചില്ലയിൽ ഇരിക്കട്ടെ. നീ അവരോട് ചില്ലകൾ ആടിയുലച്ച് പറയുക. 'എന്റെ ചില്ലയിൽ നിങ്ങൾ ചേക്കേറുന്നത് എനിക്കിഷ്ടമല്ല. എനിക്കതു അസ്വസ്ഥതയാണ്.' വേണ്ട എന്ന് പറയേണ്ടിടത്ത് വേണ്ട എന്ന് പറയാൻ കഴിയാത്ത പരാജയമാണ് ഇന്ന് നീ നിൽക്കുന്ന അവസ്ഥ. അതിൽനിന്ന് ഒളിച്ചോടുക എളുപ്പമാണ്. പൊരുതുകയാണ് പെണ്ണ്..."

"നിന്റെ പെണ്മയെ നീ ബഹുമാനിക്കു ലക്ഷ്മി; എന്നാലേ ലോകം നിന്നെ ബഹുമാനിക്കൂ."

വൃന്ദയുടെ കൈകൾ മുറുകെ പിടിച്ചുകൊണ്ട് അവൾ ഒരു നിമിഷം ശിരസ് കുനിച്ച് പർവ്വതനിരകളിൽനിന്നും താഴേക്ക് നോക്കി. വളഞ്ഞുംതിരിഞ്ഞുമുള്ള പാതകൾ, കട്ടുറുമ്പുകളെപോലെ ജനം.

'ഞാൻ ആത്മവിശ്വാസത്തിന്റെ കൊടുമുടിയിലാണ് നിൽക്കുന്നത്. താഴേ വെറും കീടങ്ങൾ മാത്രം, എന്റെ തെറ്റുകൾ. വളഞ്ഞും തിരിഞ്ഞുമുള്ള എന്റെ വഴികളിൽ നീ കൈപിടിച്ചു. നന്ദി.' ലക്ഷ്മി ദീർഘനിശ്വാസം ചെയ്തു.

"വരൂ വൃന്ദ, നമുക്ക് വീട്ടിലേക്ക് പോകാം." ഉറച്ച സ്വരത്തിൽ ലക്ഷ്മി പറഞ്ഞു.

അവളുടെ മൊബൈൽ മിന്നാമിനുങ്ങ് ചിണുങ്ങി. 18 മിസ്ഡ്കോളുകൾ, 30 സന്ദേശങ്ങൾ.

"ഈ നമ്പർ ഞാൻ ഒഴിവാക്കും. ഫേസ്ബുക്ക് അക്കൗണ്ട് ഞാൻ ഒഴിവാക്കും. എന്റെ പേര് ഞാൻ മാറ്റും. മറ്റൊരിടത്ത് എന്റെ കട തുടങ്ങും. എല്ലാം ഞാൻ എന്റെ ഭർത്താവിനോട് പറയും."

വൃന്ദ കാറിൽ പതിപ്പിച്ച ചിരിക്കുന്ന കൊച്ചു ബുദ്ധന്റെ തലയിൽ തൊട്ടു.

"നീ ഇപ്പോഴും ഒളിച്ചോടുന്നതിനെപ്പറ്റിയാണ് ചിന്തിക്കുന്നത്. പൊരുതുന്നതിനെപറ്റി ചിന്തിക്കൂ. വിളിക്കുന്നവരോട് വിളിക്കരുത് എന്നും സന്ദേശം അയക്കുന്നവരോട് എന്നന്നേക്കുമായി വിടപറഞ്ഞുകൊണ്ട് കൃത്യമായ സന്ദേശവും നൽകി നീ നീയായിതന്നെ നിലനിൽക്കൂ. ഇപ്പോൾ ഉള്ളതിലെല്ലാംതന്നെ നീയില്ലെങ്കിൽ ആയിരം വൃക്ഷം അവർ പറന്നകലും."

വൃന്ദ കാർ മുന്നോട്ടുചലിപ്പിച്ചു. വൃന്ദയുടെ മൊബൈൽ ഖയാൽ

പാടി ലക്ഷ്മിയുടെ നല്ല പാതി.

"നിങ്ങൾ ഇതെവിടെയാണ്? നല്ല ആളുകളാണ്."

"ഞങ്ങൾ വെറുതെ ഒന്നിറങ്ങിയതല്ലേ, ജബൽ ജൈസ് കാണാൻ. ഇതാ വരുന്നു."

● ***മാർച്ച് 2016***

പച്ച മഷിപേന

പ്രിയപ്പെട്ട സൈഗാൾ,

ഈ കത്തെഴുതി കഴിഞ്ഞ് പേനയുടെ സ്വർണനിറമുള്ള മൂടിയിട്ട് അരികിൽ വെയ്ക്കുമ്പോൾ ഉള്ളിൽ നോവിന്റെ കണങ്ങൾ പൊടിയുന്നു.

കൈയിൽ നിന്നൂർന്നുവീണ പേന കട്ടിലിൽനിന്നും താഴെ പതിച്ചു. അതിനുപുറകെയായി നീർചാലുകൾപോലെ കണ്ണീർ കണങ്ങൾ അതിനെ പിന്തുടർന്നു. വാവിട്ട് കരയുന്നവൾക്കും നിശബ്ദതയിൽ വിതുമ്പുന്നവൾക്കും രണ്ടഴകാണ് എന്ന് ശേഷാദ്രി അയ്യർ മുൻപ് തമിഴ് ചുവ കലർത്തി പറഞ്ഞതോർത്തുപോയി. കരയുന്നവൾക്കെന്തഴക് എന്ന് ഉള്ളിൽ കോറിയിട്ടിട്ടുണ്ട് അക്കാലത്ത്.

"നിങ്ങൾ കരയുന്ന സ്ത്രീകളെ മാത്രമെന്താണ് ക്യാമറാക്കണ്ണിലൂടെ പകർത്തുന്നത്? ഇതൊരുതരം സാഡിസമല്ലേ ശേഷാദ്രി?" ഒരിക്കൽ ചായക്കൊപ്പക്കിരുവശമിരിക്കെ ഞാൻ ചോദിച്ചു. ശേഷാദ്രി അല്പം മങ്ങിയ പുഞ്ചിരിയോടെ അതിനുത്തരമായി ഒരു വാക്കുമാത്രം പറഞ്ഞുകൊണ്ട് അനന്തതയിലേക്ക് കണ്ണും ചികഞ്ഞിരുന്നു.

"തെളിമ"

സന്ധ്യയല്പം താണിരിക്കുന്നു. നഗരം ഉണർന്ന് നരകപാച്ചിലിന്റെ മുരൾച്ചകൾ മുഴക്കി തുടങ്ങി. അവൾ എഴുന്നേറ്റ് കുളിമുറിയിലേക്ക് നീങ്ങി. ഷവറിന്റെ താഴെ കണ്ണിമവെട്ടാതെ അല്പനേരം നിന്നതിനൊടുവിലാണ് അവൾക്ക് തെളിച്ചംവെച്ച എന്ന് സ്വയം തോന്നിയത്.

'സൈഗാൾ... നിങ്ങൾക്കെഴുതുന്ന ഓരോ കത്തിലും എന്റെ ഗദ്ഗദങ്ങൾ വിതുമ്പി മഷിയിടറാറുണ്ട്. നിങ്ങളെ കാണാൻ വന്ന

അവസാന രാത്രിയാണ് ഇന്നും എന്നെ വേട്ടയാടിക്കൊണ്ടിരിക്കുന്നത്. ഈ കണ്ണുകളത്രയും ആ അവസാന രാത്രിയുടെ രക്തസാക്ഷികൾ മാത്രം. പക്ഷേ, ഞാനൊരിക്കലും എന്റെ കലങ്ങിയ കണ്ണുകൾ ശേഷാദ്രിയുടെ ക്യാമറയ്ക്ക് വിട്ടുകൊടുത്തിട്ടില്ല, കൊടുക്കുകയുമില്ല.' അവൾ നനഞ്ഞ മുടിയിഴകളിലൂടെ ഇറ്റിറ്റുവീഴുന്ന ജലകണങ്ങളെ ടവൽകൊണ്ട് മൃദുവായി തലോടി. ആ രാത്രിയും ഞാൻ ഇതുതന്നെയാണ് ചെയ്തത്, അവളോർത്തു. അവൾ ബെഡിലേക്ക് മലർന്നുവീണുകൊണ്ട് ഫാൻ തീർത്ത വളയങ്ങളെ കണ്ണിമവെട്ടാതെ നോക്കികിടന്നു.

സമയം ഏതാണ്ട് ഏട്ടായിരിക്കുന്നു. സൈഗാൾ കൃത്യനിഷ്ഠ പാലിക്കുന്നവനാണ്. അതുകൊണ്ടുതന്നെ അക്ഷമയോ വെറുപ്പോ ഉള്ളിൽ കലമ്പിയില്ല. പുതിയ കാർട്ടൂൺ പരമ്പരയിൽ ലയിച്ചിരിക്കുന്ന ആറുവയസുകാരിയുടെ മുടിയിഴകൾ ഒന്നുകൂടി കോതിയൊതുക്കി പിങ്ക് നിറത്തിൽ ചിറകുവിരിച്ച ചിത്രശലഭത്തിന്റെ ഹെയർ ബാൻഡ് ഒന്നുകൂടി ശരിയാക്കിവെച്ചുകൊടുത്തപ്പോൾ ഉള്ളിലെ അമ്മയ്ക്ക് സംതൃപ്തി ലഭിച്ചു. എഫ്എമ്മിലൂടെ ഒഴുകിവരുന്ന ഗാനമാധുരിക്ക് താളംപിടിച്ച് മുന്നിലെ പഞ്ചനക്ഷത്ര ഹോട്ടലിലേക്ക് കയറുകയും ഇറങ്ങുകയുംചെയ്യുന്ന പണക്കൊഴുപ്പുകളെ നോക്കി നിസംഗതയോടെ ഞാനിരുന്നു. അങ്ങനെയുള്ള അപൂർവം നേരങ്ങളിലാണ് ഉള്ളിലെ കവിയത്രിയുണരുക. സൈഗാളിന്റെ ചട്ടം കെട്ടലാണ്, അങ്ങനെയുള്ള നിമിഷങ്ങളിൽ പേനയെടുത്ത് താൻ സമ്മാനിച്ച ആ ചെറിയ നിറങ്ങളുള്ള പുസ്തകത്തിന്റെ ഒറ്റവരിക്ക് മുകളിൽ അക്ഷരമഴ പെയ്യിക്കണമെന്നത്. ഒരു ചെറുപുഞ്ചിരിയോടെ ഞാനോർത്തു. പുറകിലെ സീറ്റിൽ ഹാൻഡ്ബാഗിൽനിന്നും പുസ്തകം പുറത്തെടുത്ത് താളുകൾ മറിച്ചു. ഏതാണ്ട് എൺപതോളം പേജുകൾ പിന്നിട്ടിരിക്കുന്നു. നീണ്ട ആറ് വർഷത്തെ ബന്ധം മനസിൽ വിരിയിച്ച വസന്തങ്ങളത്രയും നോവും നിനവുകളും കവിതകളായി ഇതിൽ പകരുമ്പോൾ ഇത് ഇത്രയെണ്ണമാകുമെന്ന് കരുതിയില്ല.

ബാഗിൽനിന്നും പച്ചനിറമുള്ള ഹീറോ പേന എടുത്ത് കാറിന്റെ സ്റ്റിയറിങ്ങിന് അഭിമുഖമായിപിടിച്ച് അടുത്ത മലയാള ഗാനത്തിന്റെ ഈണത്തിന് താളം പിടിക്കുമ്പോൾ ആ കരിവണ്ട് ബിഎംഡബ്ല്യു ഹോട്ടലിന്റെ പാർക്കിങ് ഏരിയായിലേക്ക് നീങ്ങുന്നത് ശ്രദ്ധയിൽ പെട്ടു. പ്രശസ്ത ഗായകൻ സന്ദീപ് നാരായണിന്റെ കരിവണ്ട് ആർക്കാണ് അറിയാത്തത്. ചില്ലു ജാലകംതാഴ്ത്തി പ്രസന്നമായ പുഞ്ചിരിപൊഴിക്കുന്ന ആ മുഖത്തിന്റെ പിന്നണിയിൽ കരിവണ്ടിൽ

എന്നും മെഹ്ദി ഹസ്സന്റെ സംഗീത വിസ്മയം ഒഴുകിക്കൊണ്ടിരിക്കും. പ്രമുഖ ഇംഗ്ലീഷ് പത്രത്തിനായി ഒരു ഫീച്ചർ തയ്യാറാക്കുവാനായാണ് ആദ്യമായി സൈഗാളിനെ കാണുവാൻ ഞാൻ കൊച്ചിയിലെ പഞ്ചനക്ഷത്ര ഹോട്ടലിന്റെ ലോബിയിൽ കാത്തിരുന്നത്. ശാന്തമായ മുഖഭാവത്തോടെ അല്പം വേഗതകുറച്ച് നേർത്ത വെള്ളിക്കരയുള്ള മുണ്ടുടുത്ത് മലയാളിയായി സന്ദീപ് നടന്നടുത്തപ്പോൾ ഇന്ന് സന്ദീപിനെ സൈഗാൾ എന്ന് ഓമനിച്ച് വിളിച്ചുകൊണ്ട് മാറോട് ചേർക്കാനാകുമെന്ന് പ്രതീക്ഷിച്ചതേയില്ല.

ആ കൂടിക്കാഴ്ച ജീവിതത്തെതന്നെ മാറ്റിമറിച്ചു, അല്ലെങ്കിൽ ജീവിതം മറ്റൊന്നാക്കിതീർത്തുവെന്നുപോലും മനസ്സിലാക്കാൻ ഏറെനാളെടുത്തു. അശാന്തവും, അസംതൃപ്തവുമായ കുടുംബജീവിതത്തിന്റെ നോവുകളെ സധൈര്യം പൊട്ടിച്ചെറിഞ്ഞ തികഞ്ഞ സ്വാതന്ത്ര്യബോധമുള്ള പത്രപ്രവർത്തക അന്ന ഫിലിപ്പിന് സൈഗാളിന്റെ മണവാട്ടി പട്ടമൊന്നും ആവശ്യമില്ലയെന്ന് അന്നേ ഉള്ളുകൊണ്ടുറപ്പിച്ചതാണ്.

"സൈഗാൾ, നമ്മൾ രണ്ട് വ്യക്തികളാണ്. കൂടാതെ നിങ്ങൾ വിവാഹിതനും. എനിക്ക് ചങ്ങലകളില്ല."

ഞാനത് പറയുമ്പോൾ സൈഗാൾ പൊട്ടിച്ചിരിച്ചത് ഇന്നലെയെന്നപോലെ ഓർക്കുന്നു. ചങ്ങലകളില്ല എന്ന പ്രയോഗമാണ് അദ്ദേഹത്തെ പൊട്ടിച്ചിരിപ്പിച്ചത് എന്ന് ഞാൻ തെറ്റിദ്ധരിച്ചു. എനിക്കന്ന് ഇളം പനിയുണ്ടായിരുന്നു എങ്കിലും കൂടിക്കാഴ്ച ഒഴിവാക്കാൻ മനസ് സമ്മതിച്ചില്ല. പതിവുപോലെ സ്ഥലവും സമയവും തീരുമാനിച്ചുകഴിഞ്ഞാൽപിന്നെ അദ്ദേഹം ഫോണിലേക്ക് വിളിക്കാറ് പതിവില്ലല്ലോ. ഞാൻ മകളെ കാറിൽ നിന്നിറങ്ങാൻ പറഞ്ഞ് ഹാൻഡ്ബാഗ് എടുത്ത് കാർ ഓഫ് ചെയ്തു. ഹോട്ടൽ റിസപ്ഷനിലേക്ക് നടന്നു. മോൾ സോഫയിൽ ചാഞ്ഞിരുന്ന് കാർട്ടൂണിൽ തന്നെയാണ്. റൂം ചെക്ക് ഇൻ ചെയ്തുകഴിഞ്ഞാൽപിന്നെ അല്പം ആധിയാണ്. അവൾ ഉറങ്ങുംവരെ അവളോടൊപ്പംതന്നെ സമയം ചിലവഴിക്കും. അവൾ ഉറങ്ങിയ ശേഷം റൂം പൂട്ടി രണ്ടുതവണ ലോക്ക് അടഞ്ഞില്ലേയെന്ന് ഉറപ്പുവരുത്തിയ ശേഷംമാത്രമാണ് സൈഗാളിന്റെ മുറിയിലേക്ക് നീങ്ങാറുള്ളത്.

"അഥവാ എണീറ്റാൽ അമ്മയെ കണ്ടില്ലെങ്കിലും പേടിക്കേണ്ട, അമ്മ ബാത്ത്റൂമിലോ, പുറത്ത് ഫോൺ വിളിച്ചുനിൽക്കുകയോ ആകും. മോൾ ഉറങ്ങിക്കോളൂ." എന്നൊരു ആശ്വാസവാക്ക് വീട്ടിൽ ഉറങ്ങികിടക്കുമ്പോൾപോലും എല്ലാ രാത്രികളിലും പറയാറുള്ളത് ഈ കാരണ

ത്താലാണ്. പുലർച്ചെ സൈഗാൾ റൂം ചെക്ക് ഔട്ട് ചെയ്യുമടങ്ങുമ്പോൾ ഉണരുംമുൻപെതന്നെ കട്ടിലിലെത്താൻ കഴിയുമെന്ന വിശ്വാസം ഈ ആറുവർഷംകൊണ്ട് നേടിയതിന്റെ ധൈര്യം കൂടിയാണത്.

അന്നവൾ മുറിയിൽ പ്രവേശിക്കുമ്പോൾ എന്റെ കവിതാപുസ്തകവും പച്ചനിറമുള്ള ഹീറോ പേനയും നെഞ്ചോടുചേർത്തുപിടിച്ചിരുന്നു.

"അമ്മ കാറിൽവച്ച് മറന്നത്, മോൾ എടുത്തുകൊണ്ട് വന്നുവല്ലോ, മിടുക്കി" എന്ന് അഭിനന്ദിച്ച് നെറുകയിൽ ചുംബിച്ചപ്പോൾ അന്നവളേറെ സന്തോഷവതിയായി എനിക്കുതോന്നി. മയക്കത്തിന്റെ ഇരുൾവീചികൾ കണ്ണുകളിലേക്ക് പതിക്കുമ്പോൾ ഒരു കൈയിൽ ടാബും മറുകൈയിൽ ആ പേനയും ഭദ്രമായുണ്ടായിരുന്നു. ആ പേനയോട് എന്തോ ഒരു കൗതുകം അവൾക്കുള്ളതായിതോന്നിയതിനാൽ അത് കൈയിൽ നിന്നടർത്തി മാറ്റുവാൻ മനസനുവദിച്ചില്ല. റൂമിലെ മങ്ങിയ വെളിച്ചത്തിൽ ആ പേനയുടെ സ്വർണ്ണനിറമുള്ള മൂടി തിളങ്ങുന്നുണ്ടായിരുന്നു. അവളുടെ കൈ എത്ര മൃദുലമായി അതിനെ പൊതിഞ്ഞിരിക്കുന്നു. ആ കൈക്കുള്ളിൽ അത് കണ്ണുപൊത്തിക്കളിക്കയാണോ!

പാതിരാ പൊഴിഞ്ഞിരിന്നു. മെഹദി ഹസൻ ഈണങ്ങൾ മൂളികൊണ്ട് ആ നെഞ്ചിടിപ്പിൽ മനസ് ശാന്തമായി മയങ്ങവെയാണ് സൈഗാളിന്റെ ഫോൺ ശബ്ദിച്ചത്. പതിവില്ലാത്ത ഒരു ശീലമാണ് ഈ കൂടിക്കാഴ്ചകളിൽ ഫോൺ ശബ്ദിക്കുകയെന്നത് എന്ന് ചിന്തിച്ച് സ്വകാര്യതയ്ക്ക് അദ്ദേഹത്തെ വിട്ടുകൊടുത്ത് ശരീരമടർത്തി മാറ്റി നഗ്നത വായുവിനു പുറംതിരിഞ്ഞു. അല്പം പതിഞ്ഞശബ്ദത്തിൽ സംസാരിച്ചുതുടങ്ങിയ അദ്ദേഹം കട്ടിലിൽനിന്നും എഴുന്നേറ്റ് സോഫയിൽ ഇരുന്ന് തണുത്ത വിസ്കി ഗ്ലാസ്സിലേക്ക് ചൊരിഞ്ഞു. കൂടികാഴ്ചകളിൽ തീർത്തുംപരിചിതമല്ലാത്തവ സംഭവിക്കുന്നുവെന്നതിന്റെ അപാകത അനുഭവപ്പെട്ടപ്പോൾ ഞാൻ കട്ടിലിൽ എഴുന്നേറ്റിരുന്നു. ഫോൺ സംഭാഷണം അവസാനിപ്പിക്കേ അദ്ദേഹം തീർത്തും അസ്വസ്ഥനായിരുന്നു. അദ്ദേഹം എന്റെ അരികിൽ വന്നിരുന്ന് എന്നെ ചേർത്തണച്ചപ്പോൾ ആ ഹൃദയമിടിപ്പ് എന്നെ ഭയപ്പെടുത്തി.

"അനു, നീ എന്നെ വെറുക്കരുത്. കാര്യങ്ങൾ കൈവിട്ടുപോകാതിരിക്കാൻ എനിക്കല്പം സ്വാർഥനാകേണ്ടിവന്നു."

ആ വാക്കുകളുടെ ആഴം തിരിച്ചറിയാൻ എന്നെ മുറിയിലേക്ക്

തിരിച്ചുപോകുവാൻ നിർദ്ദേശിച്ചപ്പോൾ ഞാൻ മനസുകൊണ്ട് തയ്യാറെടുത്തിരുന്നു.

പ്രശസ്ത ഗായകൻ സന്ദീപിന്റെ കാമകേളികൾ എന്ന തലക്കെട്ടോടെ സമൂഹ മാധ്യമങ്ങളിലും ന്യൂസ് ചാനലുകളിലും പടരുന്ന വാർത്തയെ അഭിമുഖീകരിക്കാൻ തയ്യാറെടുത്ത് വിറയ്ക്കുന്ന കാൽ വെയ്പുകളോടെ നിർവികാരമായി മുറിയിലേക്ക് നീങ്ങുവാൻ ലിഫ്റ്റിൽ കയറുമ്പോൾ സൈഗാൾ എന്നപേരിൽ ഫോൺ ശബ്ദിച്ചുകൊണ്ടേയിരുന്നു. റൂം തുറക്കാതെ വരാന്തയിൽ ചുണോട് ചാരി ധൈര്യം സംഭരിച്ച് ആ കാൾ എടുക്കുമ്പോൾ മറുപുറം അദ്ദേഹം ശാന്തനായി സംസാരം തുടങ്ങിയത് അല്പം ആശ്വാസം നൽകി.

"അനു, മുറിയിലേക്കുപോകുവാൻ പറഞ്ഞത് കൂടുതൽ പ്രശ്നമുണ്ടാകാതിരിക്കുവാനാണ്. ഇത് മാധ്യമങ്ങളൊന്നുമറിയില്ല. ഇത് ഒരു റാക്കറ്റും ഹോട്ടലും തമ്മിലുള്ള ഒത്തുകളിയാണ്. നമ്മൾ ട്രാപ്പ് ചെയ്യപ്പെട്ടുകഴിഞ്ഞിരുന്നു. റാക്കറ്റ് പണം ആവശ്യപ്പെടുന്നില്ല, ആണെങ്കിൽ അത് നൽകാമായിരുന്നു."

തൊണ്ട വരളുന്നതുപോലെയും, നാവുകുഴയുന്നതുപോലെയും അനുഭവപ്പെട്ടതിനാൽ ഞാൻ വരാന്തയിലെ കൈവരിയിൽ മുറുകെ പിടിച്ച് നിന്നുകൊണ്ട് സംസാരത്തെ ദീർഘിപ്പിക്കാതെ സ്വയം സംസാരിച്ചുതുടങ്ങി.

"അവർക്കെന്താണ് വേണ്ടത്? എന്നെയാണോ?"

അദ്ദേഹം അല്പനേരം നിശബ്ദമായി നിന്നശേഷം തുടർന്നു.

"അനു..., എനിക്കേത് നിസ്സഹായാവസ്ഥയിലും നിന്നെ നൽകാനാകില്ല. റൂമിൽ മോളില്ല. ഞാൻ അവളെ..."

ഞാൻ വിറയ്ക്കുന്ന കൈകളോടെ റൂമിന്റെ കാർഡ് കതകിന് നേരെ കാണിച്ചു. മറുപുറം അദ്ദേഹം പറയുന്ന എല്ലാം ഏതോ ഗുഹാമുഖത്തെ അലർച്ച മാത്രമായാണ് ചെവിയിൽ പതിച്ചത്.

"അനു! ഒന്നും ചെയ്യരുത്. ഭയപ്പെടരുത്. എന്തിനും ഞാൻ പ്രതിവിധിയുണ്ടാക്കാം. ഇപ്പോൾ ഇവിടെനിന്നും ചെക്ക് ഔട്ട് ചെയ്യുന്ന എന്നെയുള്ളൂ. മോളെ നമുക്ക് വീണ്ടെടുക്കാം. ഈ സാഹചര്യം നമുക്ക് ആദ്യം മറികടക്കാം. ധൈര്യമായിരിക്കൂ...."

അവസാന ഫോൺകോളിലെ ആ ധൈര്യം നൽകുന്ന വാക്കുകൾ പിന്നീട് എന്നെ അമേരിക്ക എന്ന മഹാരാജ്യത്തിലെ ഈ

ഫ്ലാറ്റിലെ കുളിമുറിയിൽ ഇങ്ങനെ നിർത്തുവാൻ വിധിക്ക് ബലിയാടാക്കി. നീണ്ട നാലുകൊല്ലങ്ങൾ മകൾക്കുവേണ്ടിയുള്ള അന്വേഷണങ്ങൾ, ഏറ്റവുമൊടുവിൽ രാജ്യംതന്നെവിട്ട് കണ്ണെത്താത്ത ദൂരത്തേക്ക് അദ്ദേഹത്തിൽനിന്നും, സമൂഹത്തിൽനിന്നും മറച്ചു പിടിക്കാൻ ഈ നഗര ജീവിതം. ശേഷാദ്രി അയ്യർ എന്ന ലിവിംഗ് ടുഗതർ ബന്ധം എന്താണ് തന്റെ ഉള്ളിലെ പെണ്ണിനെ, അമ്മയെ, മകളെ അറിഞ്ഞത്? അയാൾ വെറും കാഴ്ചക്കാരൻമാത്രം.

ആ പച്ച നിറമുള്ള മഷിപേന എന്റെ ഉള്ളിലെ വ്രണങ്ങളെ കുത്തി ചലമിളക്കി നോവിപ്പിക്കുമ്പോഴെല്ലാം ഞാൻ സൈഗാളിന് കവിതകളായി കത്തുകൾ എഴുതും.

പൂട്ടികിടന്ന ഫ്ലാറ്റ് കുത്തിതുറന്ന് നോക്കുമ്പോൾ കട്ടിലിൽ ഉടുത്തൊരുങ്ങി കിടക്കുന്ന അന്ന ഫിലിപ്പിന്റെ ശരീരം ജീവനറ്റതായി കണ്ട കാഴ്ച മാധ്യമങ്ങൾ, പോലീസുകാർ ചുറ്റും കൂടിനിന്ന് വിശകലനം ചെയ്യുമ്പോൾ ശേഷാദ്രി അയ്യർ അവളുടെ തുറന്നമിഴികളിലേക്ക് നിർവ്വികാരമായി ക്യാമറ ചലിപ്പിച്ചു. ആ മിഴിയിണ തുമ്പിൽ ഒരു ജലകണം ഘനീഭവിച്ച് നിൽക്കുന്നത് പകർത്താൻ. അയാൾക്ക് കാഴ്ച മങ്ങി.

• നവംബർ 2023

വൃദ്ധയുടെ ചെരുപ്പ്

പരസ്പരം ഇണചേരാതെ കിടന്ന അനേകം നിറങ്ങളുള്ള ചെരുപ്പ കൾക്കിടയിൽ അയാൾ ആ കറുത്ത വള്ളിച്ചെരുപ്പ് അന്വേഷിച്ചുന ടന്നു. മഴ തോരാതെപെയ്യുന്നതും ശപിച്ച് ഷീലാ തോമസ് തന്റെ മൊബൈലിൽ തുടരെത്തുടരെ വിളികൾ നടത്തി മുറ്റത്ത് ടാർപോളിൻ ഷീറ്റിട്ട് മറയ്ക്കാൻ പണിക്കാരെ അന്വേഷിച്ചുകൊണ്ടേയിരുന്നു. തോമസ് എന്തിനും സന്നദ്ധനായി ഗേറ്റിനുപുറത്ത് കാറിന്റെ വളയ ത്തിൽ കൈവച്ച് അക്ഷമനായി നിൽക്കുന്നുണ്ട്. മഴനനഞ്ഞ് തല കുനിച്ച് ചാമ്പക്കാ ചെടികൾക്കിടയിലൂടെ ഷീല ഇടയ്ക്കിടെ എറിക ണ്ണിട്ട് അങ്ങോട്ടുനോക്കുന്നത് അയാളുടെ അക്ഷമ വർധിപ്പിച്ചു. മരി ക്കുംവരെ ഫിലിപ്പിന്റെ അപ്പനപ്പൂപ്പൻമാർ ഉണ്ടാക്കിയ സ്വത്തുവ കകൾ സ്വയം നോക്കിനടത്തുക എന്നല്ലാതെ ത്രേസ്യാ ഫിലിപ്പ് മക്കളെയോ മരുമക്കളെയോ ഒന്നിലും കൈകടത്താൻ സമ്മതി ച്ചിട്ടില്ല. ഈ അവസ്ഥയിൽ നേരിട്ട ഈ അപ്രതീക്ഷിത മരണം ആരെയെല്ലാം അനുകൂലമായും പ്രതികൂലമായും ബാധിക്കുമെന്ന അക്ഷമ കൂടിയാണത്. പാലയ്ക്കൽ ഫിലിപ്പ് എന്നാൽ വ്യവസായ പ്രമാണിയെന്ന് മാത്രമേ നാട്ടുകാർക്കറിയൂ. കുടുംബനാഥൻ എന്ന നിലയിൽ അയാൾ ത്രേസ്യയുടെ കൈയിൽ കിലുങ്ങുന്ന ഒരു ഡസൻ താക്കോലുകൾക്ക് നോക്കുകൂലി വാങ്ങുന്ന പ്രമാണി മാത്രമാണ്. ഇതിനിടയിൽ ഫ്രാൻസിസ് എബ്രഹാം ചാലയ്ക്കൽ എന്ന ഒന്നാം ഭർത്താവിന്റെ വരവും അതിനെ തുടർന്നുള്ള സംസാരങ്ങളും നില നിൽക്കെയാണ് ഈ മരണം. റബ്ബറുവെട്ടുകാരും മലഞ്ചരിവിലെ തേൻ ശേഖരിക്കുന്നവരുമായി ചില ഏറാംമൂലികൾ അവിടവിടെ ഉണ്ടായിരുന്നതുകൊണ്ട് പന്തൽ പണി അനായാസം നടന്നു. മഴ നനയാതെ ഇനി നാട്ടുകാർക്ക് ശവമെടുപ്പ് കാണാൻ നിൽക്കാം.

ഫ്രാൻസിസ് അടുക്കളപ്പുറത്തെ വരാന്തയിലെ മരപ്പെട്ടികളിലോരോന്നിലായി കൈയിട്ട് എന്തോ തിരയുകയാണ്. കാര്യം കൈയിലെത്താത്തതിന്റെ നിരാശാഭാവം പണിപ്പെട്ടാണ് അയാൾ മറച്ചുപിടിക്കുന്നതെങ്കിലും മറ്റുകുടുംബാംഗങ്ങൾ മരണ ദുഃഖത്തിലായതിനാൽ അതിൽ ശ്രദ്ധ ചെലുത്തിയില്ല. എൽസ ഇമാനുവൽ ഈ പങ്കപ്പാടുകൾക്കിടയിലും തന്റെ അമേരിക്കക്കാരൻ പ്രണയത്തോട് സല്ലപിക്കാൻ വെളിമ്പറമ്പിലേക്കൊന്ന് ഇറങ്ങാൻ ശ്രമിക്കെയാണ് ഫ്രാൻസിസിന്റെ ഈ പരിഭ്രമം ശ്രദ്ധയിൽപെട്ടത്.

"എന്നാ അപ്പാപ്പാ, എന്നാ തിരയുന്നേ?"

"ഒരു ചെരുപ്പ്."

"ചെരുപ്പോ, അതവിടെയെങ്ങാനും മുറ്റത്ത് കാണും." അവളുടെ മൊബൈലിൽ സന്ദേശങ്ങളുടെ മണിനാദം മുഴങ്ങിക്കൊണ്ടേയിരുന്നത് അയാളെ അസ്വസ്ഥനാക്കി. അയാൾ കൈവീശി അക്ഷമനായി പറഞ്ഞു.

"പൊക്കോ, പൊക്കോ ഞാൻ നോക്കിക്കൊള്ളാം."

അവൾ മൊബൈൽ നിശബ്ദമാക്കി അയാളിലേക്ക് കൂടുതൽ ചേർന്നുനിന്നുകൊണ്ട് ക്ഷമയോടെ ചോദിച്ചു.

"ആരുടെ ചെരുപ്പാണ് അപ്പാപ്പാ?"

"ത്രേസ്യായുടെ... ഒരു കറുത്ത വള്ളിച്ചെരുപ്പ് എവിടെയോ...." അയാൾ അത് പൂർത്തിയാക്കാതെ അകത്തെ മുറിയിലേക്ക് നീങ്ങി. എൽസ ആകാംക്ഷയോടെ അയാളോടൊപ്പം നീങ്ങി.

"ഇപ്പോ എന്തിനാ അപ്പാപ്പാ, അമ്മച്ചീടെ ചെരുപ്പ്? അതും വള്ളിച്ചെരുപ്പ്? ഞങ്ങളൊന്നും അമ്മച്ചി വള്ളിച്ചെരുപ്പിട്ട് കണ്ടിട്ടേയില്ല."

അനുശോചനം രേഖപ്പെടുത്തിക്കൊണ്ടുള്ള വിളികൾക്ക് മര്യാദാപൂർവമായ മറുപടി നൽകിക്കൊണ്ട് വീടിന് പലയിടത്തായി പരക്കംപായുന്ന മക്കളെ കടന്ന് ഫിലിപ്പിന്റെയും ത്രേസ്യയുടെയും മുറിയിലേക്ക് പ്രവേശിക്കുമ്പോൾ മുറിയുടെ അറ്റത്ത് ഒരു കോണിൽ ചേർത്തിട്ടിരിക്കുന്ന കട്ടിലിൽ കൊതുകുവല ക്കുടിനുള്ളിൽ ആ മ്ലാനമായ മുഖം ഫ്രാൻസിസ് കണ്ടു. 'ഫിലിപ്പ് കണ്ണീർവാർക്കുകയാണോ?' വ്യക്തമല്ല. അയാളുടെ സ്വകാര്യതയിലേക്കുള്ള കടന്നുകയറ്റമാകുമോ തന്റെ ഈ വരവ് എന്നല്പം വിമുഖതയോടെയോർത്ത് മുറിയുടെ വാതിലിനോടുചേർന്ന് അല്പനേരംനിന്നു.

"ഫ്രാൻസിസ് വരൂ..." ഫിലിപ്പ് ഇടറിയ ശബ്ദത്തിൽ വെളുത്ത നേർത്ത കൊതുകുവല മറനീക്കി വെളിപ്പെട്ടു. ഫ്രാൻസിസ് അയാളോട് നടന്നടുത്ത് കട്ടിലിൽ അരികെയിരുന്നപ്പോൾ ഫിലിപ്പിന്റെ തണുത്ത വിരലുകൾ തന്റെ കൈവെള്ളയിലേക്ക് നീളുന്നത് അയാളറിഞ്ഞു. നിറഞ്ഞ കണ്ണുകളോടെ ഫ്രാൻസിസിന്റെ തെളിഞ്ഞ കണ്ണുകളിലേക്ക് നോക്കുമ്പോൾ ഫിലിപ്പ് ആശ്ചര്യപ്പെട്ടു. 'ഫ്രാൻസിസ് ത്രേസ്യയുടെ വിട പറയലിൽ ദുഃഖിക്കാത്തതെന്താവാം?' ഫിലിപ്പ് ഇരുകൈകളാലും തന്റെ കലങ്ങിയ കണ്ണുകൾ തുടച്ച് ഇടറിയ ശബ്ദം പക്വപ്പെടുത്തി ദീർഘനിശ്വാസമെടുത്തു.

"ഫ്രാൻസിസ്, നിങ്ങളെന്തിനാണ് ഷീലയേയും ത്രേസ്യയേയും വിട്ട് പട്ടാളത്തിൽ പോയത്? ഏതാണ്ട് പത്തുകൊല്ലമെടുത്ത് ത്രേസ്യ അതിനോട് പൊരുത്തപ്പെടാൻ. ഞാനറിഞ്ഞ ത്രേസ്യ എന്നാൽ നിങ്ങളെ ഒരിക്കലും വെറുത്തില്ല."

ഫ്രാൻസിസ് ഒരു വിളറിയ ചിരിയോടെ ഫിലിപ്പിനെ നോക്കി.

"അവളുടെ ഒരു കറുത്ത വള്ളിച്ചെരുപ്പ് നിങ്ങൾക്കറിയാമോ അതെവിടെയാണെന്ന്?"

"കറുത്ത വള്ളിച്ചെരുപ്പോ? ജോർജ് അമേരിക്കയിൽനിന്നും കൊണ്ടുവന്ന മുത്തുപതിപ്പിച്ച ഒരു ചെരുപ്പ് റോമിലേക്ക് എന്നെങ്കിലും പോകുമ്പോൾ ഇടണമെന്നും പറഞ്ഞ് ഇവിടെയെവിടെയോ എടുത്തുവച്ചത് ഓർക്കുന്നു."

"അതിവിടെയുണ്ട് എനിക്കറിയാം."

അത്രമേൽ ഉറച്ചസ്വരത്തിൽ പറഞ്ഞ ആ വാക്കുകളോട് വേറിട്ട ഒരു ആദരവ് ഫിലിപ്പിന് തോന്നി.

"നമുക്ക് നോക്കാം." ആശ്വസിപ്പിക്കും വണ്ണം അയാൾ ഫ്രാൻസിസിന്റെ തോളിൽ തലോടിക്കൊണ്ട് പറഞ്ഞു.

ത്രേസ്യയുടെ അലമാര, പെട്ടികൾ, എന്തിന് ഹാൻഡ് ബാഗുകളടക്കം എല്ലാം ഇരുവരും മുറിയടച്ചിട്ട് പരതിയത് അസ്വാഭാവികമായി മറ്റുള്ളവർക്ക് അനുഭവപ്പെട്ടെങ്കിലും മുറിക്കകത്ത് അവരിരുവരും ഭാര്യയുമായുള്ള നല്ല കാലങ്ങളും ദുഃഖങ്ങളും ഒരുമിച്ച് പങ്കുവെയ്ക്കുകയാണെന്നും അവരെ ശല്യപ്പെടുത്തേണ്ടതില്ലെന്നുമുള്ള പൊതുധാരണയിൽ ആരും കതകിൽ മുട്ടിയില്ല.

അലമാരയ്ക്ക് മുകളിലെ ഒരു നീലനിറപ്പെട്ടി മറിഞ്ഞുവീണത്

ഫ്രാൻസിസ് അപ്പോൾ ശ്രദ്ധിച്ചു. അതിനകത്ത് ഒരു പ്ലാസ്റ്റിക് കവർ അയാൾ പതുക്കെ പൊടിതട്ടി തുറന്നു.

'ഒരു ജോഡി കറുത്ത ചെരുപ്പ്.'

ഫിലിപ്പ് അയാളുടെ അടുത്തുവന്ന് സസൂക്ഷ്മം അതിലേക്ക് നോക്കി. വില കുറഞ്ഞതരം ചെരുപ്പ് സൂക്ഷ്മതയോടെ പൊതിഞ്ഞു വെച്ച ത്രേസ്യയുടെ മനോവിചാരത്തെ അയാൾ ഒരു നിമിഷം പുച്ഛിച്ചു. ദരിദ്ര കുടുംബത്തിൽനിന്നും വന്ന ത്രേസ്യയുടെ ഈ തരം പ്രവൃത്തികളെ പലപ്പോഴും ഫിലിപ്പ് കുത്തിപ്പറയുമ്പോൾ ഒരു നിസംഗഭാവത്തിലെ ചിരി മാത്രമാണ് അവർക്കിടയിൽ ചലിക്കാറുള്ളത്.

ഫ്രാൻസിസ് ആ ചെരുപ്പുകൾ കൈയിലെടുത്ത് മുറിയുപേക്ഷിച്ചു പോകാനൊരുങ്ങവേ ഫിലിപ്പ് അയാളോട് സ്നേഹത്തോടെ ചോദിച്ചു.

"ഇതെന്തിനാണ്?" ഫ്രാൻസിസ് മുഖം തിരിച്ചപ്പോൾ അയാളുടെ കണ്ണുകൾ നിറഞ്ഞതായി ഫിലിപ്പ് ശ്രദ്ധിച്ചു.

"എന്റെ മകൻ ജിന്റോ അവസാനമായി ആശുപത്രി കിടക്കയിൽ കിടക്കുമ്പോൾ, ത്രേസ്യ കാണാൻവന്നിരുന്നു. അന്ന് അവളുടെ ചെരുപ്പ് പൊട്ടി, ഞാൻ വാങ്ങിക്കൊടുത്ത ഈ ചെരുപ്പുധരിച്ചാണ് അവൾ മോർച്ചറി വരാന്തവരെ വന്നത്. അവസാനമായി അവന്റെ മുഖം കണ്ട ശേഷം അവൾ ഈ ചെരുപ്പ് ഊരി കൈയിൽപിടിച്ച് നടന്നകന്നു. പിന്നീടവളെ ഞാൻ കണ്ടിട്ടില്ല."

"ജിന്റോ എന്നൊരു മകനോ?" ഫിലിപ്പിന്റെ നെഞ്ചിടിപ്പ് വർദ്ധിച്ചു. ഫിലിപ്പിന്റെ ഭാവ വ്യത്യാസംകണ്ട് ഫ്രാൻസിസ് അല്പം സ്വരം താഴ്ത്തി സംസാരിച്ചുതുടങ്ങി.

"ജിന്റോ ചെറുപ്പകാലംമുതലേ ഒരു രോഗിയായിരുന്നു. അവന്റെ രോഗത്തിന്റെ ചികിത്സയും മറ്റുമായാണ് ഏറെ സാമ്പത്തിക ഞെരുക്കം ഞങ്ങൾക്കുണ്ടായിരുന്നത്. അക്കാരണത്താലാണ് ഞാൻ പട്ടാളത്തിൽ പണിക്ക് പോകാമെന്നുപോലും തീരുമാനമെടുത്തത്." പിന്നീടൊരു ദീർഘനിശ്വാസത്തിനുശേഷമുള്ള മൗനം ആ മുറിയിൽ ഘനീഭവിച്ചത് ഒരു ഭയം ഫിലിപ്പിൽ ജനിപ്പിച്ചു. ഫ്രാൻസിസ് തുടർന്നു.

"ഉദ്ദേശിച്ചപോലെയൊന്നുമായില്ല. എനിക്ക് പട്ടാളത്തിൽനിന്ന് വരാനായില്ല. ത്രേസ്യ ഏറെ നാളുകൾക്കുശേഷം നിങ്ങളെ വിവാഹം കഴിച്ചത് ഞാനറിഞ്ഞു. ജിന്റോയെ മഠത്തിലെ സിസ്റ്റർമാരാണ് നോക്കിയിരുന്നത്. ത്രേസ്യ വേണ്ട പണം നൽകിയിരുന്നു. പക്ഷേ, അവനെ

വീണ്ടെടുക്കാനായില്ല. നിലനിർത്താനും."

കതകിൽ മുട്ടുന്ന ശബ്ദം ഇരുവരെയും മറ്റൊരു ലോകത്തുനിന്ന് ഉണർത്തിയ കണക്കെ ഞെട്ടിച്ചു. ഫിലിപ്പ് വാതിൽ തുറന്നപ്പോൾ ത്രേസ്യയുടെ ശരീരം ഒരുക്കി നടുത്തളത്തിൽ കിടത്തിയിരുന്നു. ഫ്രാൻസിസ് ത്രേസ്യയുടെ അടഞ്ഞ കണ്ണുകളിലേക്ക് ഉറ്റുനോക്കി. ഫിലിപ്പ് ആ ചെരുപ്പിലേക്കും പിന്നീട് ത്രേസ്യയിലേക്കും. ഫ്രാൻസിസ് വിറയ്ക്കുന്ന കൈകളാൽ ആ ചെരുപ്പുകൾ മുറുകെ പിടിച്ചു.

● **മാർച്ച് 2020**

ബയ്യാപ്പുറം

"ഓളെ നിർബന്ധംകൊണ്ട് മാത്രാണ് പുതിയ പൊര ഇൻടാക്കാൻ ഞാൻ സമ്മേയ്ച്ചെ. ശരിക്കും ഈന്റെല്ലോം ആവശ്യം ഇണ്ടാ? ഓൾക്ക് ഈഡെ നിക്കല്ലേ വേണ്ടു. അതല്ലേ നമ്മള ഒരു രീതി. നീ പറ."

സഫർ സോഫയിൽ ചാഞ്ഞിരുന്നുകൊണ്ട് കണ്ണട ഊരി അരികു മേശമേൽ വച്ചു.

'എന്താണ് ഈ രീതികൾ? കാലം മാറുമ്പോൾ മാറാൻ അതിനും അവകാശമില്ലേ? അതൊക്കെ ആർക്കാണ് തടുക്കാൻ ആകുക. നാഥനില്ലാത്ത ജീവിതത്തിന്റെ കണക്കുപറച്ചിലുകളിൽ ഈ സ്വന്തം വീട്ടിലെ നില്പുപോലും ചിലപ്പോൾ പൊരയിലെ പെണ്ണുങ്ങൾക്ക് ഭാരമാകാം.'

ദലീമ കൊണ്ടുവന്ന് മുന്നിൽവെച്ച വെളുത്ത ചായകോപ്പ അവളുടെ കൈച്ചൂടിന്റെ പക്വത ഓർമപ്പെടുത്തി.

"ഇക്ക ഇത് കുടിക്ക്, ഉമ്മ അങ്ങനെല്ലം പറയും. ഇങ്ങക്ക് കാര്യം പിടികിട്ടീലെ. നമ്മക്ക് പ്രൈവസി വേണം ഇക്ക, ഇത് പണ്ടത്തെ കാലം ഒന്നും അല്ലല്ലോ. എനിക്ക് എന്റെ ഷബീബിക്ക വരുന്നനേരത്ത് കൂടെ ഇണ്ടാകണം. ഓർഡ കൂടെ പൊറത്തല്ലാം പോണം. മക്കളെക്ക് പഠിക്കാൻ മുറി വേണം. നമ്മൾക്ക് മാറി ചിന്തിച്ചൂടെന്ന ഓർ ചോദിക്കുന്നത്. ഞാൻ എന്താ ഓറോട് പറയ, ഓർ പറയണതിലും കാര്യല്ലേ?"

സഫർ നെടുവീർപ്പിട്ടുകൊണ്ട് ചായക്കോപ്പ ചുണ്ടോടുചേർത്തു. ഉപ്പ സ്കൂൾ അധ്യാപനപണികൊണ്ടാണ് രണ്ടുപെങ്ങമ്മാരുടെ നിക്കാഹ് കഴിപ്പിച്ചുവിട്ടത്. ഉമ്മ അപ്പോളും ഉമ്മാന്റെ വീട്ടിൽ ആങ്ങളമാരുടെ തണലിൽതന്നെ നിന്നു. ഞങ്ങളായപ്പോളും അത് തുടർന്നു.

വീട് ഒരു കൂട്ട് ഉത്തരവാദിത്തം ആണല്ലോ, അതുകൊണ്ട് മാത്രം ചിലവിനു തരലും ആഴ്ചയിലുള്ള വരവും പോക്കും ഉപ്പ നടത്തി. ഉമ്മക്കു അനിയത്തിമാർ ഇല്ലാത്തത് വേറൊരു മേന്മ. കല്യാണത്തിന് പണി ചെയ്യിപ്പിച്ച അറയിലെ ഡ്രസ്സിംഗ് ടേബിളിലെ കണ്ണാടിക്ക് ഇപ്പോളും പുതുക്കം മാറിയില്ല എന്ന് ഉമ്മ ദലീമയുടെ കല്യാണത്തിന് പറഞ്ഞപ്പോൾ അതിന്റെ ഉള്ളുനോവ് സഫർ ഓർത്തു. ഒരുങ്ങാൻ ഒരു ജീവിതം ഉണ്ടായിരുന്നോ ഉമ്മക്ക്?! ഉപ്പ പണിയെടുത്ത സ്കൂളിന്റെ അടുത്തു പുതിയ ബന്ധം സ്ഥാപിച്ചപ്പോൾ തകർന്ന രണ്ടുജീവിതങ്ങൾ, ഉമ്മവീട്ടിൽ അവശേഷിച്ച, സഫറും ദലീമയും.

ഉപ്പയുടെ അടിയും ക്രൂരമായ വാക്കുകൾക്കും മേലായിരുന്നു ഉമ്മൂമ്മന്റെ ഇറച്ചിച്ചോർ തരുന്ന സമാധാനം. അതൊക്കെ ഒരു കാലം. സഫർ കണ്ണുകൾ തിരുമ്മികൊണ്ട് ചുറ്റും നോക്കി ദലീമ അടുത്തിരുന്നു മൊബൈലിൽ എന്തോ തിരയുന്നു.

'ഉമ്മ എടെ?' സഫറിന്റെ കണ്ണുകൾ അകത്തേക്ക് തിരഞ്ഞു.

ബയ്യാപ്പുറത്തു തൂണുംചാരിയുള്ള ഇരിപ്പ് അതാണ് പതിവ്. ഉപ്പയുമായുള്ള അഭിപ്രായ വ്യത്യാസങ്ങളും, കണ്ണീരും വേദനയും മുതൽ പകൽ കിനാവുകളും കാൽ നീട്ടി ഇരിക്കുന്ന ഇരിപ്പ് അവിടെയാണ്. ഒരോ വീട്ടിന്റെയും സ്വീകരണ മുറിക്കും, അറകൾക്കും അടുക്കളയ്ക്കും മാത്രമല്ല അടുക്കളപ്പുറത്തിനും പെൺകഥകളുണ്ട്.

സഫർ അടുക്കള വാതിലിന്റെ പുറംപടിയിൽ ഇരുന്നു.

"ഉമ്മാ..." അവൻ നീട്ടി വിളിച്ചു.

കണ്ണുകളടച്ച് അടുക്കള തോട്ടത്തിലെ വാഴകളെ നോക്കും പോലെ നടിച്ചിരിക്കുന്ന ആ ഇമവെട്ടാ കൺപീലികളിലേക്ക് സഫർ ഉറ്റു നോക്കി. ആർക്കും വേണ്ടാതെ ഒരു ഉരൽ ചുവരിൽ ചാരി വച്ചതിൽനിന്നും ഗൗളി ചിലച്ചു.

"ഉമ്മ, ഓൾക്ക് പുതിയ പൊരേലേക്ക് പോണെങ്കില് പൊയ്ക്കോട്ടെ. അവർക്ക് അവരുടെ ഇഷ്ടങ്ങൾ ഉണ്ടാവൂലോ. എന്തായാലും ഞാൻ രണ്ടു മാസം കഴിഞ്ഞ ഗൾഫ് ഒഴിവാക്കിയിട്ട് നാട്ടിലേക്ക് വരും. ഞാൻ നിക്ക ഈഡെ. ഇങ്ങള് ഒറ്റക്കാവൂല ബേജാറാവണ്ട."

ഉമ്മ വാഴകളെ നോക്കി നിരാശയോടെ പുച്ഛിച്ചുചിരിച്ചു.

"അപ്പൊ ഇൻന്റെ ഓളോ?"

അതെപറ്റി ഓർക്കാതെ അല്ല ഞാൻ ഇതിവിടെ പറഞ്ഞതെ

ന്ന് സഫറിന് അപ്പോൾ പറയണമെന്നുണ്ടായിരുന്നു, എങ്കിലും ഒന്നും പറയാതെ സഫർ തലതാഴ്ത്തി ഇരുന്നു. എനിക്കും ഓൾക്കു മിടയിൽ എന്താണ് എന്ന് ഉമ്മാക്ക് ഇപ്പോഴും അറിയില്ലല്ലോ, ഞാൻ ഗൾഫിലല്ലേ. സഫർ അത്തറിന്റെ മണമുള്ള വെളുത്ത ഷർട്ടിന്റെ ആദ്യ ബട്ടൺ ഒന്നൂരി ചൂടത്തു ആശ്വാസം കണ്ടെത്തി.

ഉമ്മ നീണ്ട നെടുവീർപ്പിനുശേഷം തലയിലെ തുണി ഒതുക്കി നൈറ്റി അടിപ്പാവാടയിൽ കുത്തി ഉയർത്തെഴുന്നേറ്റ് ചെറുപടികൾ താണ്ടി അടുക്കളപ്പുറത്തേക്ക് ഇറങ്ങി നടന്നത് മഞ്ഞച്ച വെയിൽ ചീളുകൾക്കിടയിൽ സഫർ നോക്കിയിരുന്നു. ഉണക്കാൻ അയലിൽ വിരിച്ച തുണികൾ ഉണങ്ങിയോ എന്നുനോക്കുന്ന ആ അറുപത്തഞ്ചുകാരിയുടെ കാലിലെ ഞെളിപിരികൊള്ളുന്ന നീലച്ച ഞെരമ്പുകൾ പുളയുന്നതുപോലെ സഫറിന് തോന്നി. ഒരു കുമ്പാരം തുണിയും താങ്ങിപിടിച്ച് നടന്നുവന്ന് തിണ്ണയിൽവെച്ചുമടക്കുമ്പോൾ നിസ്സഹായതയോടെ അവര് പറഞ്ഞു.

"പണ്ടൊക്കെ പെണ്ണ്ങ്ങക്ക് സ്വന്തം വീട്ടില് നിക്കുന്നത് വല്യ കാര്യണ്. ഇത് ഓർഡെ ഭാഗ്യണന്നു വിജാരിച്ചോ. ആരും ഇറങ്ങി പോകാൻ പറയില്ലല്ലോ. സ്വന്തം ഉമ്മെന്റെയും ആങ്ങളമാരുടെയും കൂടെ അല്ലേ വേറെ ആൾക്കാർ ഒന്നുല്ലല്ലോ. പിന്നെന്താ സ്വന്തം ഉമ്മനെ മെരിക്കുന്നവരെ നോക്കാലോ, അയിന്റെ ബർക്കത്ത് പടച്ചോൻ തരും. അത്രേ ഞാൻ വിചാരിച്ചിട്ടുള്ളു. ഉപ്പാക്ക് ഒരു വഴികിട്ടിപോയി. ശരിയാണ്. ഉമ്മാമാന്റെ കാലം വരെ ഉപ്പ നിന്റെ ദേഹത്ത് കൈവെച്ചിട്ടുണ്ടോ? ഓരോരുത്തരും മറ്റൊർക്ക് തൊണയാണെന്ന് അറിയണമെങ്കിൽ ദുഃഖം വേണം ജീവിതത്തിൽ അതില്ലാത്തൊരക്ക് ചുറ്റും മനുഷ്യറെന്തിനാ? അല്ലേ സഫറെ?"

"അഹ് ഉമ്മ." സഫർ മൂളി കേട്ടു.

ഉമ്മ അടുക്കളപ്പുറത്തെ തിണ്ണയിൽവെച്ച ഓട്ടുപാത്രത്തിലെ വെള്ളം എടുത്തു മുഖം കഴുകി വായിലെ വെള്ളം പറമ്പിലേക്ക് നീട്ടി തുപ്പി.

"ഓൾക്ക് ഒറ്റക്ക് ജീവിക്കമെങ്കിൽ ഓള് പൊയ്ക്കോട്ടെ. ഓള മാപ്ല ബഹർപോലത്തെ പൊര ഇണ്ടാക്കി കൊടുക്കുമ്പോൾ ഇതുപോലെ ഒരു ബയ്യാപ്പുറം എന്തായാലും ഇണ്ടാക്കണം. പരിഷ്കാരത്തിനുചേരുന്നുണ്ടാകില്ല. പക്ഷേ ഓളക്ക് ആരാ ഇണ്ടാവ?"

തൊടിയിലെ ബിളുമ്പിമരത്തിൽ അണ്ണാൻമാർ കശപിശ കൂടി. ബിളുമ്പികൾ മണ്ണിനെ കണ്ണേറിട്ടു. ബലിക്കാക്കകൾ ഉണക്കാനിട്ട

ചുവന്നമുളകിൽ പതിച്ചവെയിൽ തീയിൽ എരികൊണ്ട് പറന്നകന്നു.

സഫർ ബയ്യാപ്പുറ തിണ്ണയിൽ ചാഞ്ഞുകിടന്നു. കിനാവുകൾ അവനെ സ്പർശിച്ചില്ല. പതിനാറാം വയസിലാണ് മൈസൂർക്കുവണ്ടി കേറിയത്. ചങ്ങായിമാർടെക്കൂടെ ആ പോക്ക് വീടും വീട്ടുകാരും പ്രശ്നങ്ങളും എല്ലാത്തിൽനിന്നുമുള്ള ഒളിച്ചോട്ടമായിരുന്നു. ഉമ്മ മാത്രം എതിർത്തില്ല. ഒരു നാട്ടിൽ ഒരു കൂട്ടം ആൺകുട്ടികൾക്ക് ഒരേ ഇഷ്ടമുണ്ടെന്ന് പുഴക്കരയിൽനിന്ന് ആദ്യത്തെ ഒളിച്ചുള്ള സിഗരറ്റ് വലി പഠിപ്പിലൂടെയാണ് മനസിലായത്.

ഗൾഫിൽവച്ച് പത്തനംതിട്ടക്കാരി സിൽജ രസകരമായ ഒരു കണ്ടെത്തൽ എന്ന വണ്ണം പറഞ്ഞപ്പോൾ സഫർ ഉള്ളിൽ ചിരിച്ചു.

"നിങ്ങടെ നാട്ടിലെ ആൺകുട്ടികൾക്ക് യാത്ര ഇഷ്ടമാണ് അല്ലേ? എത്ര ചെറുപ്പത്തിലാണ് യാത്ര ചെയ്തുതുടങ്ങുന്നത്. ആൺകുട്ടികൾ ഒത്തൊരുമിച്ചുള്ള യാത്രകൾക്ക് നിങ്ങൾ മിടുക്കരാണ്."

കുടുംബത്തിന്റെ നോവറിയാതെ കൊഴിഞ്ഞുപോകുന്ന പകലുകളിലും രാത്രികളിലും ദേശങ്ങളിൽ ഉപേക്ഷിച്ച് പിന്നെയും ബയ്യാപ്പുറത്തിൽ അഭയം കണ്ടെത്തുന്ന അറവുപോത്തുകളാണ് ആ യാത്രികർ എന്ന് സഫറിന് ഉറക്കെ വിളിച്ചുകൂവാൻ തോന്നി. ഇന്ത്യയിലും വിദേശത്തും മികച്ച ടൂർ കോർഡിനേറ്ററായി പ്രശസ്ത ടൂർ കമ്പനിയുടെ തലപ്പത്തിരിക്കുന്ന സഫർ അഹമ്മദ് സ്വയം താഴ്ന്ന സ്വന്തം മണ്ണിലേക്ക് നോക്കി. കടൽ ഇരമ്പിയ ശബ്ദം ഉള്ളിൽ മുഴങ്ങി. ഗൾഫ് പണം വിശപ്പകറ്റി ഉള്ളുകുളിർപ്പിച്ചപ്പോൾ ഉപ്പ ചൂട്ടുകൊണ്ട് പൊള്ളിച്ച കാലിലെ വട്ട ഉണങ്ങി ഉള്ളിലെ വ്രണമായതു കാലം കാണിച്ചുകൊടുത്തു. ജീവിക്കാൻ മറന്നവരുടെ ഇടയിൽ ജീവിക്കാൻ പഠിക്കാൻ യാത്ര ചെയ്തവരും ബയ്യാപ്പുറത്തിനപ്പുറം ലോകം നീളാത്തവരും തമ്മിൽ എന്താണ് അകലം?!

ചലനമില്ലാത്ത ജീവിതത്തിലെ അവസാനിക്കാത്ത പുരയിടങ്ങളിലെ ബയ്യാപ്പുറങ്ങൾ. വാതിൽ തുറന്നിട്ടതിലൂടെ പൂച്ച ശരീരം ചരിച്ചുകടത്തി ഉമ്മയെ തേടി. നെയ്യുണമുള്ള ബിരിയാണി മണക്കുന്ന ആ കൈ അവന്റെ കൊഴിയാൻ കൊതിച്ച മുടിയിഴകളെ തഴുകി. ഉപ്പു നനവുള്ള മഴ ആ മുടിയിഴകളിൽ പതിച്ചു. അവൻ വെയിൽ നോക്കി നിശബ്ദനായി കിടന്ന് ഉറക്കം നടിച്ചു.

• സെപ്റ്റംബർ 2025

പാൽവെള്ള

മഞ്ഞിന്റെ മൂടുപടമണിഞ്ഞ കാറിന്റെ മുഖമൊന്ന് തുടച്ചുമിനുക്കി കോശി സീറ്റിൽ ഒന്ന് മുന്നോട്ടാഞ്ഞിരുന്ന് സ്റ്റിയറിങ്ങിൽ വിരൽ ഞൊടിച്ചു. സ്റ്റെല്ലയുടെ കണ്ണുകൾക്ക് മയക്കത്തിന്റെ അലസ്യം വിട്ടു മാറിയിട്ടുണ്ടായിരുന്നില്ല.

"കോശി, ഇന്ന് 7 മണിക്കാണ് ഷൂട്ട്. എത്തുമല്ലോ അല്ലേ,?"

"എത്തും മാഡം"

കോശി ഒന്ന് മുരടനക്കി. സുപ്രഭാതം കൂവുന്ന റേഡിയോ പെണ്ണിന്റെ ശബ്ദത്തിന് ഇത്തിരി ആക്കം കൂട്ടിവെച്ചു. അടുത്ത പാട്ടോടുകൂടി പനമ്പള്ളി നഗറിലെ വീട്ടിൽ എത്തിയില്ലെങ്കിൽ ഷൂട്ടിന്റെ സമയം തെറ്റും, കോശിക്കറിയാമത്. ഇത് ഇന്നും ഇന്നലെയും തുടങ്ങിയതല്ലല്ലോ.

ഈ കാട്, മഴ കുളിര്, പുലർച്ചെ ഉള്ള ഓട്ടം പിന്നെയും ഷൂട്ട്, കൊല്ലം ആറായി സ്റ്റെല്ല ഇത് തുടങ്ങിയിട്ട് എങ്കിൽ കൊല്ലം പത്തായി കോശി സ്റ്റെല്ല മേരി പാറക്കലിന്റെ വിശ്വസ്ഥ ഡ്രൈവർ പണി ഏറ്റിട്ട്.

കാടിന്റെ മണവും കുളിരുമാണ് കോശി മനുഷ്യർക്ക് എന്ന് ആദ്യ ഇടുക്കി യാത്രയ്ക്കിടെ സ്റ്റെല്ല വൈകാരികമായി പറഞ്ഞപ്പോൾ അതിനിത്രമേൽ ഉള്ളുറപ്പുണ്ട് എന്ന് കോശിക്ക് അറിഞ്ഞിരുന്നില്ല.

പ്രഭാത പ്രക്ഷേപണത്തിൽ ഗാനമാധുരി ഒഴുകി.

"കാറ്റിൽ അവൾ ശ്വാസം..."

കോശി മെട്രോ ലൈൻ തലയ്ക്കു മുകളിൽ വായു വേഗം സൃഷ്ടിച്ച

തിലേക്ക് കണ്ണോടിച്ചു. നീണ്ട പാതയിൽ വേഗംകൂടിയ ജീവിതങ്ങൾ ആകാശത്തിൽ കാലുറച്ചുപായുന്നു. കോശി നെടുവീർപ്പിട്ടു. മഞ്ഞിന്റെ നനുത്ത പാടനീക്കി വെളിച്ചം പതുക്കെ കൊതിയുണർത്തുന്നുണ്ട്. കാറിലെ ഡോറിന്റെ സൈഡിൽ തിരുകിയ വെള്ളക്കുപ്പി എടുത്തു ഒരു കവിൾ വെള്ളം കവിൾകൊണ്ടുകൊണ്ട് ചില്ലുതാഴ്ത്തി നീട്ടിതുപ്പി. ഓർമകളുടെ തികട്ടൽ രുചി.

വർഷം ആറ് പിന്നിലേക്ക് തിരിഞ്ഞുനോക്കി കോശി റിവേഴ്സ് ഗിയറിട്ടു. രഞ്ജിത്ത് മാധവ് എന്ന യുവ കോമളനായ ചെറുപ്പക്കാരൻ കാറിന്റെ പിൻ സീറ്റിൽ ചാരി ഇരുന്ന് സ്റ്റെല്ല അയാളുടെ നെഞ്ചോട് ചാരി രോമങ്ങളിൽ വിരലോടിച്ചുകൊണ്ട് താഴ്ന്ന സ്വരത്തിൽ സംസാരിച്ചുതുടങ്ങിയപ്പോൾ മുതൽ കോശി റിയർ വ്യൂ മിറർ ഒന്ന് താഴ്ത്തി ആ സ്വകാര്യതയെ മാനിച്ചു. ഉള്ളിൽ സദാചാരത്തിന്റെ കണ്ണാടി കോശിയോട് പറഞ്ഞു, ഉപജീവനമാണ് സദാചാരത്തേക്കാൾ പ്രാധാനം. 'സീരിയൽ നടികൾ ആകുമ്പോൾ അങ്ങനെ പലതും കാണും കേൾക്കും ഒക്കെ കണ്ണടയ്ക്കുക അറിഞ്ഞും കണ്ടും പെരുമാറുക എന്നത് നമ്മൾ ഡ്രൈവർമാരുടെ കടമ' എന്ന് പഴയ ഡ്രൈവർ ഷണ്മുഖൻ ചേട്ടൻ, താക്കോൽ കൈമാറുമ്പോൾ പറഞ്ഞത് അന്നും എന്നും കോശിക്ക് വേദം തന്നെയായിരുന്നു.

വർഷം പലതുകഴിഞ്ഞു. മറയൂരുനിന്നും ഇടുക്കിയിലേക്ക് സ്ഥലം മാറ്റം വാങ്ങി രഞ്ജിത്ത് നീങ്ങിയ ആയിടെയാണ് സ്റ്റാമൽ തോമസ് എന്ന പുതിയ മാനേജർ സ്റ്റേല്ലയുടെ കൂടെചേർന്നത്. മിടുക്കനായ ചെറുപ്പക്കാരന്റെ ചാതുര്യംകൊണ്ട് സ്റ്റെല്ല മാർക്കറ്റിംഗ് താരമായി.

റിവേറ്റ് ഫെർട്ടിലിറ്റി സെന്ററിന്റെ പരസ്യത്തിൽ അഭിനയിക്കാനുള്ള അവസരത്തെ പറ്റി സ്റ്റാമൽ സ്റ്റെല്ലയോട് ആദ്യമായി പറയുമ്പോഴാണ് കാർ ഇടുക്കിയിലേക്ക് തിരിച്ചുവിടാൻ സ്റ്റെല്ല ആവശ്യപ്പെട്ടത്.

അപ്പച്ചന്റെ കൂടെ തടിവണ്ടിയുംകൊണ്ട് രാത്രി ഓട്ടത്തിന് പോണ കാലംമുതലേ കോശിക്ക് വശംവദയാണ് ഇടുക്കി. കാർ അന്ന് ഇടുക്കിക്ക് സ്വന്തം. സ്റ്റാമൽ കട്ടപ്പനയിൽ ഹോട്ടൽ മുറിയെടുത്തു നിന്നപ്പോൾ പാറാവുപണിക്ക് ഉന്നം കിട്ടിയത് കോശിക്കായിരുന്നു. സ്റ്റെല്ലയെ വണ്ടിയുമായി ചെറുതോണി ഫോറസ്റ്റ് ക്വാട്ടേഴ്സിലാക്കി മടക്കം പിടിച്ച കോശി ചെമന്ന കുപ്പി ഒരെണ്ണം കുളിരിന് കൂട്ടായി ഡിക്കിയിൽ കരുതി. ഉയർന്നും താഴ്ന്നുമിറങ്ങുന്ന മലഞ്ചരുവുകളെ കടന്നുവരുമ്പോളും കട്ടപ്പന പാതിരാവിന് വെളിച്ചം കൊടുത്തുകൊണ്ടേ ഇരിക്കുകയായിരുന്നു.

കോശി കുളിച്ച് കുരിശുവരച്ചു. സ്റ്റാമിലിന്റെ പൊറോട്ടയുടെയും കോഴിയുടെയും പൊതിയഴിതെ ഇരുന്നത് നോക്കി നെടുവീർപ്പിട്ട് കട്ടിലിൽ വലതുവശം തിരിഞ്ഞുകിടന്നു. ഈ സ്റ്റാമൽ പാതിരക്കു ഇതെവിടെ പോയി? വല്ല പെണ്ണുകേസോ മറ്റോ ആകുമോ എന്നോർത്ത് ഉള്ളിൽ നീറിയ ആൺ നോവൊതുക്കി കിടക്കെ ഫോൺ സംഭാഷണം പതുക്കെ ഒഴുകിവന്നു. കോശി അനക്കം കാണിക്കാതെ വലതിനെ പ്രണയിച്ചതന്നെ കിടന്നു.

സ്റ്റാമൽ അടുത്ത കട്ടിലിൽ ലൈറ്റ് ഓഫ് ചെയ്തു കിടന്നപ്പോഴും വാക്കുകൾ പതിഞ്ഞ സ്വരത്തിൽ ഒഴുകികൊണ്ടേ ഇരുന്നു.

"നാളെ മാഡം ഷൂട്ടിങ്ങിന് എത്തുമ്പോൾ അവിടെ വരിക ഞാൻ അവിടെ ഉണ്ടാകും അത്രതന്നെ."

മറുപുറം അൽപനേരം നിശബ്ദതയ്ക്കുശേഷം മറ്റൊരു വിഷയം ഓർമപ്പെടുത്തൽ നടത്തി.

"ഉണ്ടന്നെ ഫ്രിഡ്ജിൽവെച്ചിട്ടുണ്ട്. ക്വാട്ടേഴ്സിൽ ഫ്രിഡ്ജ് ഉണ്ട്. പേടിക്കണ്ട."

സംശയത്തിന്റെ ഉള്ളുചുരത്തുന്ന ഒരു പാൽമണം കോശിയുടെ നാസാരന്ധ്രങ്ങളെ തൊട്ട് കടന്നുപോയ ആ നിമിഷംമുതൽ നിദ്രാറാണി അയാളെ സ്പർശിച്ചില്ല.

സ്റ്റെല്ല മാഡം അറിയാതെ സ്റ്റാമൽ മറ്റെന്തോ കെണി ഒരുക്കുന്നു. ഞാൻ അതിൽ ബലിയാടാകും. ഉറപ്പാണ്. എത്ര മാനേജർമാരെ കണ്ടിരിക്കുന്നു ഈ കാലംകൊണ്ട്. ഉടൻ അത് എന്താണ് എന്നറിയണം. കോശി കൈകൾ നമസ്കാര മുദ്രയിലാക്കി ചുടുള്ളതുടകൾക്ക് ഇടയിലൂടെ കയറ്റിവെച്ച് ചിന്തകൾക്ക് മുറുക്കം കൂട്ടി.

ചിന്താമണി ലോഡ്ജിന്റെ വാടകമുറിയുടെ വലത്തെ കോണിലൂടെ വെളിച്ചം പൊങ്ങാൻ വിമ്മിട്ടപെട്ടുനിൽക്കുമ്പോൾ കുരിശുവരച്ച് കൊന്ത കൈയിലും തൂക്കി മാതാവിന്റെ പടമുള്ള ഭിത്തിയിലെ കലണ്ടറിൽ നോക്കി മുട്ടുകുത്തി നിൽക്കുന്ന സ്റ്റാമലിനെ കണ്ണുതിരുമ്മി നോക്കി കോശി ഒന്ന് നട്ടുനിവർത്തി ഇരുന്നു. ഫോൺ ചാർജിൽ ഇട്ട് കുളിമുറിയിലേക്ക് നീങ്ങുമ്പോൾ സ്റ്റാമൽ കൊന്ത കഴുത്തിൽ ഇട്ട് എഴുന്നേൽക്കുന്നത് കണ്ടു. കോശി വായിൽ തിരുകിയ ബ്രഷ് പുച്ഛത്തോടെ ഒന്ന് അമർത്തി ചലിപ്പിച്ച് ഒളിക്കണ്ണിട്ട് അവന്റെ ചലനങ്ങൾ വാഷ്ബേസിന്റേ കണ്ണാടിയിലൂടെ നോക്കി.

സ്വന്തം പെട്ടി തുറന്ന് അലക്കിതേച്ച പാന്റും ഷർട്ടും എടുത്തു ഒരുങ്ങുന്നത് കണ്ടപ്പോൾ അറിയാതെ ചുവരിൽ തൂങ്ങുന്ന ക്ലോക്കിലേക്ക് കണ്ണ് പാഞ്ഞു. 'മണി ആറുപോലും ആയില്ല. ഇത്ര കാലത്തെ ഇവനിത് എങ്ങോട്ടാണ്?'

"കോശി, ഞാൻ ക്വാട്ടേഴ്സിൽ കാണും, അങ്ങോട്ട് വന്നാൽ മതി. മുറിവാടക കൊടുത്തിട്ടുണ്ട്." ഇത്രയും പറഞ്ഞ് ധൃതിപിടിച്ചുള്ള അവന്റെ ഇറങ്ങി പോക്കിൽ കോശിക്ക് എന്തോ പന്തികേട് തോന്നി. വേഗം കുളിച്ചൊരുങ്ങി 'വണ്ടി റെഡിയാണ്' എന്ന മുഖവുരയോടെ സ്റ്റെല്ല മാഡത്തെ കോശി ഒന്ന് വിളിച്ചു. ഉറക്കച്ചടവോടെ സ്റ്റെല്ല അപ്പോൾ

"വെളുപ്പാൻ കാലമല്ലേ ആയുള്ളൂ കോശി, ഷൂട്ട് ഇല്ലല്ലോ നമ്മൾക്ക് ഒരു പത്തുമണിക്കൊക്കെ പോയാമതി" എന്ന് പറയലും ഫോൺ നിശബ്ദമാകലും ഒരുമിച്ചായിരുന്നു. കോശി കട്ടിലിൽ ഇരുന്ന് നെടുവീർപ്പോടെ മാതാവിന്റെ പടത്തിലേക്ക് ഒന്ന് നോക്കി ജനാലക്കലേക്ക് നീങ്ങിനിന്ന് ഒരു പുക വലിച്ചു.

'ഹാവൂ, എന്തോ ഒരു ആശ്വാസം, അവർ ഉറക്കംതന്നയാണ്.'

അൽപനേരം പടരുന്ന ആ പുകമണം ഉള്ളൊഴിയാൻ ഫാൻ അല്പം വേഗത്തിൽ ചലിപ്പിച്ച് കോശി മുറിപൂട്ടിയിറങ്ങി. ഹാരിസ് ഹോട്ടലിലെ നാലാം മേശയിൽ ഇരുപ്പുറപ്പിച്ചപ്പോൾ മധുരം കുറച്ചൊരു കട്ടന്റെ ചൂട് ഉള്ളിലേക്ക് പാഞ്ഞ വേഗത്തിൽ ചിന്തകളും പാഞ്ഞു.

'അപ്പോൾ സ്റ്റാമൽ!'

പൊറോട്ടയിൽ വെള്ളച്ചാട്ടം വന്ന് പതിച്ച ഉരുളങ്കല്ലുകൾ പോലെ ബീഫിന്റെ കഷ്ണങ്ങൾ ഉരുണ്ടുപൊങ്ങി.

കറുപ്പും ചൂടും!

ഹോട്ടലിൽ നിന്നിറങ്ങുമ്പോൾ പെരുംജീരകം കൊറിക്കുന്ന നാവിനു എരി മറക്കാൻ പാകത്തിന് സ്റ്റാമലിന്റെ വിളിവന്നു.

"കോശിയേ.."

"മ്മ്"

"എന്തോ ചെയ്യുന്നു?"

"കഴിക്കുവായിരുന്നു."

"എങ്കിലേ... കാറുമായി പോറ്റേപ്പടി ചെക്ക്പോസ്റ്റ് വരെ വായോ

ഞാൻ അവടെ ഉണ്ട്. നമ്മൾക്ക് ഒരുമിച്ച് മാഡത്തിനെ കൂട്ടി മടങ്ങാം."

'ചെക്ക്പോസ്റ്റ് കടന്നാൽപിന്നെ രഞ്ജിത്ത് സാറിന്റെ ഓഫീസ് പരിധി ആണല്ലോ അവിടെന്താ സ്റ്റാമലിനുകാര്യം.' ചിന്തകളുടെ ആക്കം പേറി കാലുകൾ ശരീരത്തെ കാറിനോടുതന്നെ വലിച്ചടുപ്പിക്കുകയാണ് ഉണ്ടായതെന്ന് കോശിക്ക് തോന്നി.

മുറിയൊഴിഞ്ഞ് ചാവിയും കൊടുത്ത് കറുത്ത ബാഗും പുറകിലിട്ട് വണ്ടിക്കകത്തുകയറിയപ്പോൾ അവസാന ചിന്തക്ക് ഒരു പച്ച കൊടി. ഒന്നുകൂടെ സ്റ്റെല്ല മാഡത്തിനെ വിളിച്ചിട്ട് പോകാം.

"ഹലോ മാഡം, സ്റ്റാമൽ രഞ്ജിത്ത് സാറിന്റെ ഓഫീസ് പരിധിക്ക് വരാൻ പറഞ്ഞിട്ടുണ്ട്. ഒന്ന് പോയേച്ചും വരട്ടെ?"

സ്റ്റെല്ല ഉറക്കച്ചടവില്ലാതെ ഉറച്ചസ്വരത്തിൽ മറുപടി പറഞ്ഞപ്പോൾ കോശി മുൻകണ്ണാടിയിൽ തൂക്കിയിട്ട കൊന്തയിലെ കുരിശിനെ കൈവെള്ളയിലൊതുക്കി.

"കോശി, എങ്ങോട്ടും പോകുന്നില്ല. ഞാൻ റെഡിയാണ് കോശി. നമ്മൾക്ക് പോകാം വന്നോളൂ."

നിമിഷങ്ങൾകൊണ്ട് മാറിമറിഞ്ഞ ആ ശബ്ദത്തിന്റെ ഗാംഭീര്യം കാടിന്റെ നിശബ്ദത ഒഴിയുംവരെ അവർക്കിടയിൽ ഘനീഭവിച്ചു നിന്നു.

"കോശി, കൊച്ചി എത്തിയാൽ, അല്ലെങ്കിൽ അതിനുമുൻപുതന്നെ ഫോറസ്റ്റോ, പോലീസോ നമ്മളുടെ കാർ ചിലപ്പോൾ തടയും, പരിശോധിക്കും. നമ്മൾക്ക് ഒന്നിനെപറ്റിയും ഒന്നുമറിയില്ല കോശി."

ഉള്ളിൽ ആളിയ തീയിനെ കോശി ശ്വാസമായി വലിച്ചെടുത്തുവിട്ടുകൊണ്ടേ ഇരുന്നു.

"എന്താണ് മാഡം വിഷയം, എന്താണെങ്കിലും പറയൂ. സ്റ്റാമൽ...?"

"ജിക്കി!"

"സാറിനെന്ത് പറ്റി!?"

സ്റ്റെല്ല തന്റെ വെള്ളകുപ്പിയിലെ വെള്ളം ഊക്കോടെ വലിച്ചുകുടിച്ചു.

"കോശി, ആറ് വർഷത്തിനുമുകളിൽ ആകുന്നു ഞാനും രഞ്ജിത്തുമായുള്ള ബന്ധം. അത് നിങ്ങൾക്ക് അറിയാമല്ലോ. ജിക്കി എന്ന് എനിക്ക് വിളിക്കാനുള്ള സ്വാതന്ത്ര്യവും, സ്നേഹവും ഞങ്ങൾക്കിടയിൽ ഉണ്ടായ

കാലത്തേ എടുത്ത തീരുമാനമാണ് പത്താം വർഷം വിവാഹം എന്നത്. സീരിയലുകളും അത്രത്തോളം മതി എന്ന് ഞാനും തീരുമാനിച്ചതാണ്."

കോശി മൂളി കേട്ടുകൊണ്ടേ ഇരുന്നു.

"ഈ ഇൻഫെർട്ടിലിറ്റി സെന്ററിന്റെ പരസ്യം ഞാൻ കൊടുക്കാൻ ഒരു കാരണമുണ്ട് കോശി. ജിക്കിക്ക് അതിൽ ഷെയർ ഉണ്ട്. ഫോറസ്റ്റ് ഓഫീസർ പണികൊണ്ട് മാത്രം ജീവിതം മെച്ചപ്പെടില്ലെന്നും വലിയ ഏകാന്തത ഈ ജോലിയിൽ അനുഭവിക്കുന്നു എന്നും ജിക്കി പറഞ്ഞപ്പോൾ അതിലെ അസൗകര്യങ്ങളുടെ വശം ഞാൻ ഉൾകൊള്ളാൻ ശ്രമിക്കുകയാണ് ചെയ്തത്. ഞാൻ സീരിയൽ രംഗം വിടുന്നതോടെ അദ്ദേഹവും ഈ തൊഴിൽ ഉപേക്ഷിച്ച് ഹോസ്പിറ്റൽ എന്ന സ്ഥിരവരുമാനത്തിൽ ശ്രദ്ധിക്കാനായിരുന്നു ഭാവി ഉന്നം.

ഇതിനിടയിൽ ചെറിയൊരു മാറ്റമുണ്ടായി കോശി. അതെന്നെ ഒന്ന് ചിന്തിപ്പിച്ചു. ജിക്കിയിലൂടെ എത്തിച്ചേർന്നതാണ് സ്റ്റാമൽ. സ്റ്റാമൽ ഹോസ്പിറ്റലിനുവേണ്ടികൂടി പ്രവർത്തിക്കുന്നുവെന്നത് നല്ല കാര്യമായി എനിക്ക് തോന്നി. എന്നാൽ നിരന്തരമായ സ്റ്റാമലുമായുള്ള ജിക്കിയുടെ ഇടപെടൽ എന്നിൽ പല തോന്നലുകൾക്കും ഇടവച്ചു. ഞാൻ എന്റെ സംശയങ്ങൾ നിവർത്തിക്കാൻ ശ്രമിച്ചു.

എന്റെ സംശയം ഇത്ര മാത്രമായിരുന്നു. ഞാൻ ജിക്കി അല്ലാതെ മാറ്റാരെങ്കിലുമായി ബന്ധം സ്ഥാപിക്കുന്നുണ്ടോ? ഞാൻ ആരോടൊക്കെയാണ് ഇടപെടുന്നത്? എന്നതൊക്കെ മനസ്സിലാക്കാനും, എന്നെ എപ്പോഴും തന്റെ നിയന്ത്രണത്തിൽവെക്കാനുമാണ് സ്റ്റാമലിനെ തന്ത്രപൂർവ്വം ജിക്കി എന്റെ മാനേജർ ആക്കിയത് എന്നും ഞാൻ കരുതി. എന്നെ ജിക്കിക്ക് സംശയം ഉണ്ടെന്ന് എനിക്ക് തോന്നി."

സ്റ്റെല്ല ബാഗ് തുറന്ന് ചെറു കണ്ണാടി എടുത്ത് നനഞ്ഞ കൺപീലികളിലെ പരന്ന കറുപ്പ് ഒതുക്കി തുടർന്നു.

"എന്നാൽ ആ സംശയം എന്നെ മറ്റൊരിടത്താണ് എത്തിച്ചത്. സ്റ്റാമൽ നമ്മളൊരുമിച്ചുള്ള യാത്രയിൽ ഞാൻ അറിയാതെ മറ്റെന്തൊക്കെയോ ജിക്കിയുടെ നിർദ്ദേശപ്രകാരം ചെയ്യുന്നു. അത് എന്താണ് എന്ന് മാത്രം ഏറെകാലം എന്നെ ആദി പിടിപ്പിച്ചു.

അത് ലഹരിയല്ല, കുഴൽപണവുമല്ല മറ്റൊന്നുമല്ല. ഒരു സീരിയൽ നടിയുടെ കാർ എന്ന പ്രൈവസിയിൽ അതിന്റെ അനുകൂല്യങ്ങളുടെ മറവിൽ മറ്റെന്തോ ഒന്ന്. പിടിക്കപ്പെട്ടാൽ എല്ലാം തകരും കോശി. എന്റെ അഭിനയ ജീവിതം, ഭാവി എല്ലാം."

കോശി കാറിന്റെ ഡോറിൽനിന്നും തന്റെ ടവൽ എടുത്തു സ്റ്റീറിങ് അമർത്തി തുടച്ചു. അയാളുടെ ഉള്ളു വിറയ്ക്കുംപോലെ കൈ വിയർക്കുന്നത് സ്റ്റീറിങ്ങിനെ നനക്കുന്നത് അപ്പോളാണ് സ്റ്റെല്ല ശ്രദ്ധിച്ചത്.

"പക്ഷെ ഏതാനും കുറച്ച് നാൾകൊണ്ടുതന്നെ ഞാൻ അത് കണ്ടെത്തി കോശി. ഇൻഫെർട്ടിലിറ്റി സെന്ററിന്റെ മറവിൽ ചികിത്സക്ക് വരുന്ന രോഗികളുടെ ബലഹീനതകളെ മുതലെടുക്കുന്ന ഒരു പുതിയ ബിസിനസ്! മാനിന്റെ പാലാണ് ഇത്തവണ ഇവരുടെ വൈറ്റ് ഗോൾഡ്. ആയുധം!!"

കോശിയുടെ കണ്ണുകൾ അതിശയത്താൽ വികസിച്ചത് സ്റ്റെല്ല ശ്രദ്ധിച്ചു.

"അതെ കോശി, വെള്ളിമൂങ്ങ, നക്ഷത്ര ആമ എന്നൊക്കെ പറയുന്ന പോലെ മറ്റൊരു വിശ്വാസം പടർത്താൻ ശ്രമം. പുതിയ മുതലെടുപ്പ്.

ഫോറസ്റ്ററുടെ സഹായി സ്റ്റാമൽ പല തവണയായി നമ്മുടെ കാറിലെ ഫ്രീസിങ് കാബിനെറ്റിൽവെച്ച് മാൻ പാൽ ബോട്ടിലുകൾ ഹോസ്പിറ്റലിലേക്ക് എത്തിച്ചു. കുട്ടികൾ ഉണ്ടാകാനുള്ള പുതിയ അമൃത്! നിങ്ങളും ഞാനുമറിയാതെ ആ പാൽകുപ്പികൾ നമ്മുടെ കാറിൽ കാടിറങ്ങി പല തവണ നഗരം കണ്ടു.

ഫോറസ്റ്ററുടെ ഈ ഇടപാട് മറ്റുള്ളവർ മണത്തറിയുമെന്ന് ഭയന്നിട്ടാകാം ഏറ്റവും സ്വകാര്യമായ നിമിഷത്തിൽ ജിക്കി ഇത് എന്നോട് ഈയടുത്ത് പറഞ്ഞു. അധികനാൾ ഞാൻ അറിയാതെ ഇത് തുടരുന്നതിനേക്കാൾ അറിഞ്ഞുകൊണ്ട് ഞാനവരെ അനുകൂലിക്കുന്നതാണ് നല്ലത് എന്ന് അയാൾക്ക് തോന്നിക്കാണും."

"മാഡം, നമ്മൾ..." കോശി വാക്കുകൾക്കായി വിങ്ങി.

"ഇപ്പോൾ നമ്മുടെ കാറിൽ അതില്ല. അത് ഇതിൽ വയ്ക്കാനുള്ള തീരുമാനം എന്നെകൊണ്ട് എടുപ്പിച്ചിട്ടാണ് അഥവാ സമ്മതിപ്പിച്ചിട്ടാണ് ജിക്കി ഇന്നലെ ഉറങ്ങിയത്. രാത്രി എനിക്ക് സുരക്ഷ വേണമായിരുന്നു. ഞാൻ അത് സമ്മതിച്ചു കോശി. രാവിലെ ഒന്നും സംഭവിക്കാത്ത പോലെ അതാണ് ഞാൻ നിങ്ങളോട് സംസാരിച്ചത്. നമുക്ക് കാടിറങ്ങണം കോശി ബാക്കി എന്ത് ഉണ്ടെങ്കിലും ജയചന്ദ്രൻ വക്കീൽ നോക്കിക്കോളും."

കോശി ഉള്ളിൽ ദൃഢനിശ്ചയത്തോടെ വേഗതയിൽ കുതിച്ചു. കാർ സർപ്പവടിവൊത്ത വളവുകൾ പിന്നിട്ട് കാടിന്റെ കുളിരിറക്കി വച്ച് അവരെ പിൻതള്ളി കടന്നു പോയി. പുറം തിരിഞ്ഞു നോക്കാൻ

വിസമ്മതിച്ചവണ്ണം ഇരുവരും കണ്ണുകൾ ഇമവെട്ടാതെ മുന്നോട്ട് തന്നെ നോക്കിയിരുന്നു.

ഇല്ല, ചലനങ്ങൾ വെളിപ്പെടുന്നില്ല. ഫോറസ്റ്റിന്റെയോ പോലീസിന്റെയോ ഗന്ധം വായുവിലെവിടെയും തങ്ങി നില്ക്കുന്നില്ല. സ്റ്റെല്ല അൽപനേരം കണ്ണുകളടച്ചു കിടന്നു.

“മാഡം, സെറ്റ് എത്തിയിട്ടുണ്ട്. സമയം ഉണ്ട് അൽപനേരം കൂടെ കിടക്കണമെങ്കിൽ..”

“അല്ല, വേണ്ട കോശി. അകത്ത് മുറി ഉണ്ട്. പോയി റെഡിയാകട്ടെ.”

കോശി വണ്ടി പാർക്ക് ചെയ്തു പുറത്തിറങ്ങി. ആകാശത്തേക്ക് തന്റെ പുകച്ചുരുളുകൾ അകന്നുപോകുന്നത് നോക്കിനിന്നു.

ആ കാട് അന്നിറങ്ങിയ ഇരുവരും പിന്നെ കേറിയില്ല എങ്കിലും അകന്നുപോയ പാൽവെള്ളയിൽ പ്രണയത്തിന്റെ ചായം കലർന്ന നടി പത്തുവർഷം പിന്നിട്ട അവാർഡ് സ്വീകരിച്ച് തന്റെ ഉള്ളിൽ മഞ്ഞുറഞ്ഞ കുളിരിനെ പുതപ്പിക്കാൻ സ്വയം ശ്രമിക്കുന്നു. കോശി നരയ്ക്കുന്നു. വഴി പുതുക്കുന്നു. കാലം ഒതുങ്ങുന്നു. മാറ്റ് കൂടുന്നു. വെയിൽ മറച്ച കച്ചവടത്തിന്റെ ഇരുട്ടിൽ കാട് മൂടുന്നു.

● ***ഡിസംബർ 2025***

www.ingramcontent.com/pod-product-compliance
Lightning Source LLC
LaVergne TN
LVHW100323210926
848480LV00003B/1231
* 9 7 9 8 9 0 3 9 2 7 7 6 0 *

www.ingramcontent.com/pod-product-compliance
Lightning Source LLC
LaVergne TN
LVHW100320210926
848480LV00003B/1196
* 9 7 9 8 9 0 4 5 1 7 8 8 5 *